महाराष्ट्रातील शेती

प्रा. डॉ. एम. यू. मुलाणी
रोहिदास लोहोकरे

डायमंड पब्लिकेशन्स

महाराष्ट्रातील शेती
प्रा. डॉ. एम. यू. मुलाणी
रोहिदास लोहोकरे

Maharashtratil Sheti
Prof. Dr. M. U. Mulani
Rohidas Lohokare

प्रथम आवृत्ती : ऑक्टोबर २००९

ISBN : 978-81-8483-212-9

© डायमंड पब्लिकेशन्स

अक्षरजुळणी
सावली ग्राफिक्स, पुणे

मुखपृष्ठ
शाम भालेकर

प्रकाशक
डायमंड पब्लिकेशन्स
२६४/३ शनिवार पेठ, ३०२ अनुग्रह अपार्टमेंट
ओंकारेश्वर मंदिराजवळ, पुणे-४११ ०३०
☎ ०२०-२४४५२३८७, २४४६६६४२
info@diamondbookspune.com

ऑनलाईन पुस्तक खरेदीसाठी भेट द्या
www.diamondbookspune.com

प्रमुख वितरक
डायमंड बुक डेपो
६६१ नारायण पेठ, अप्पा बळवंत चौक
पुणे-४११ ०३० ☎ ०२०-२४४८०६७७

मनोगत

महाराष्ट्र राज्याच्या सुवर्णमहोत्सवानिमित्ताने महाराष्ट्राच्या कृषिक्षेत्राने केलेल्या वृद्धीचा ऊहापोह या ग्रंथात करून सदर ग्रंथ वाचकांकरिता प्रकाशित करताना मनस्वी आनंद होत आहे.

महाराष्ट्रातील संस्कृती व कृषिव्यवसाय हजारो वर्षे लोटून गेली तरी कृषीची प्रदीर्घ परंपराच आपले अस्तित्व कायम टिकवून आहे. आधुनिक युगात कृषितंत्रात व पद्धतीतील सुधारणांमुळे काही खाणाखुणा काळाच्या ओघात लुप्त झाल्या तरी कृषिव्यवसाय अजूनही पारंपरिक पद्धतीने टिकून आहे, असे म्हणावेसे वाटते. अनेक आव्हानांचा समर्थपणे सामना करून कृषिसंस्कृती प्रदीर्घ काळापासून अबाधित आहे.

महाराष्ट्राच्या सुवर्णमहोत्सवी कालखंडापर्यंत ग्रामीण लोकसंख्येचे कृषीवरील अवलंबित्व कमी झालेले नसून, वाढती लोकसंख्या कृषीने नाकारलेली नसून, समजावून घेतलेली आहे. आम जनतेच्या मूलभूत गरजांपैकी अन्न व वस्त्र या गरजांचे मूळ कृषी असून, या गरजांची पूर्तता करीत आहे. महाराष्ट्राची गेली पाच दशके उलटून गेली आहेत. कृषिआव्हानांची नव्याने उत्पत्ती होऊन शेतीत वृद्धी झाल्याचे निदर्शनास येत आहे. याचा ऊहापोह या ग्रंथात केला आहे.

महाराष्ट्र राज्य विविध क्षेत्रांतील नवप्रवर्तनास व संशोधनास प्रोत्साहन देणारे व नावीन्याचा ध्यास घेणारे राज्य असून, कृषिक्षेत्रात नावीन्यपूर्ण परिवर्तन घडून आणले आहे. ग्रामीण भागात कृषिउद्योगांना प्रोत्साहन व अर्थसाह्य देऊन दारिद्र्य व सुप्त बेकारी निर्मूलनाचा प्रयत्न करीत आहे. त्याकरिता कृषिव्यवसायास विविध जोडव्यवसायांची निर्मिती करत आहेत अशा व्यवसायांचे विश्लेषण प्रस्तुत ग्रंथात केलेले आहे.

'महाराष्ट्रातील कृषिअर्थव्यवस्था' या ग्रंथामध्ये महाराष्ट्राची स्थापना, महाराष्ट्रातील कृषिवित्त, जलसंपदा, कृषिविपणन आणि शेतीस जोडव्यवसाय, कृषिशिक्षण, कृषिविकासाच्या विविध योजना, शेतकऱ्यांच्या आत्महत्या याबाबत सविस्तर चर्चा केलेली असून, कृषिव्यवसायात हवामानबदलांचे परिणाम यावर प्रकाशझोत आहे. महाराष्ट्रातील कृषिविकासात गेल्या पन्नास वर्षांचे शेतीशी संबंधित अद्ययावत सांख्यिकीय

विश्लेषण दिलेले आहे. या संख्यिकीयमुळे कृषिवृद्धीचा आणि कृषिवृद्धी करण्यास कितपत संधी आहे, याचा अंदाज व्यक्त केलेला असल्यामुळे, सदर ग्रंथ विविध स्पर्धापरीक्षा, कृषिविद्यापीठे आणि बिगरकृषिविद्यापीठे यांच्या पदवी व पदव्युत्तर वर्गाच्या अभ्यासक्रमांना उपयुक्त आहे.

आमची ॲग्रिकल्चरल डेव्हलपमेंट ट्रस्ट, बारामती संस्था गेली तीन दशके कृषीच्या विविध क्षेत्रांवर आव्हानात्मक कार्य करीत असून, त्या संस्थेच्या कृषिसंशोधनाचा वापर वेळोवेळी केलेला आहे. त्यामुळे आम्हास कृषीबाबत ग्रंथ लिहिण्यास चैतन्य प्राप्त होते. अशा ग्रंथलिखाणास संस्था प्रोत्साहन देत असते. त्यामुळे आम्ही आमच्या कुवतीनुसार ग्रंथलेखनाचे कार्य पूर्ण करू शकलो. अशा विधायक व प्रबोधनात्मक उपक्रमासाठी प्रोत्साहन देणारे मा. राजेंद्र पवार, चेअरमन ॲग्रिकल्चरल डेव्हलपमेंट ट्रस्ट, बारामती व विश्वस्त मा. सुनंदाताई पवार यांचे मार्गदर्शन प्रोत्साहनदायक असते. त्यांचे आम्ही कृतज्ञ आहोत. आमच्या महाविद्यालयाचे प्राचार्य डॉ. शेजूळ एम. एस. यांचे कौतुकाचे शब्द असतातच, अशा सर्वांची कृतज्ञता व्यक्त करणे आम्ही कर्तव्य समजतो.

आमच्या माता-पित्यांच्या आशीर्वादाने लिखाणाचे काम पूर्ण केले आहे. तसेच कौटुंबिक जबाबदारी सांभाळून आमच्या लेखनास पूर्ण मोकळीक दिल्यामुळे हे कार्य वेळेत पूर्ण करू शकलो, त्यांना धन्यवाद!

सदर ग्रंथाची जुळणी, बांधणी, छपाई, मुखपृष्ठ सजावट करणारे श्याम भालेकर यांचे कौतुक. या ग्रंथ प्रकाशनाची जबाबदारी स्वीकारणारे प्रकाशक डायमंड पब्लिकेशन्स, पुणे यांचे आभार. त्याचप्रमाणे या ग्रंथाचा प्रकाशन समारंभ संपन्न करणारे शारदाबाई पवार महिला महाविद्यालय, शारदानगर आणि ३३ वे मराठी अर्थशास्त्र परिषदेचे आयोजक, कार्यकारिणी यांचे शतशः आभार.

या ग्रंथाचे आपण मनापासून स्वागत कराल, अशी अपेक्षा.

काही उणिवा असल्यास आमच्या निदर्शनास आणून दिल्यास विनम्रपणे स्वीकारू.

डॉ. मुलाणी महंमदरफीक उमराव

एम. एम., एम. फिल., पीएच.डी.

प्रा. लोहोकरे रोहिदास सदाशिव

ग्रंथपाल

एम.कॉम., एम. लिब. आय. सायन्स, एम. फिल.

लेखक परिचय

प्रा. डॉ. मुलाणी महंमदरफीक उमराव

- □ २१ वर्षे पदवी व पदव्युत्तर अध्यापन
- □ पुणे विद्यापीठ व टिळक महाराष्ट्र विद्यापीठाचे एम. फिल. मार्गदर्शक.
- □ महिला स्वयंसाहाय्यता बचटगट (२००६) व अल्पबचत नियोजन (बचतगट) २००८ या दोन ग्रंथांचे प्रकाशन.
- □ योजना, मासिक, अर्थसंवाद, दैनिक वृत्तपत्रे, दिवाळी अंक, सोशल वेल्फेअर या मासिकातून शोधनिबंध प्रकाशित.
- □ राष्ट्रीय, राज्यस्तरीय आणि विद्यापीठस्तरीय परिषदांमध्ये शोधनिबंध वाचन व सहभाग.
- □ ॲग्रिकल्चर डेव्हलपमेंट ट्रस्टच्या शारदा महिला संघाच्या माध्यमातून 'भीमथडी जत्रा' शीर्षकाने बचतगट प्रदर्शन आयोजनात सहभाग.
- □ ॲग्रिकल्चरल डेव्हलपमेंट ट्रस्ट सेवक सहकारी पतसंस्थांचे संस्थापक, संचालक व विद्यमान संचालक.
- □ बारामती, इंदापूर, पुरंदर या तालुक्यांत एकूण ३० महिला बचतगटांची स्थापना व ०५ पुरुष बचतगटांची स्थापना करून बँकेशी संलग्न करून दिले.
- □ महिला बचतगटांच्या मेळाव्यात व प्रदर्शनात सतत व्याख्याने.
- □ महाविद्यालयातील विद्यार्थिनी मिनी बँक संस्थापक समन्वयक.

- प्रा. डॉ. मुलाणी महंमदरफीक उमराव
एम. ए., एम. फिल., पीएच.डी.
प्रपाठक, अर्थशास्त्र विभागप्रमुख,
शारदाबाई पवार महिला महाविद्यालय,
शारदानगर, ता. बारामती, पुणे

लेखक परिचय

प्रा. लोहकरे रोहिदास सदाशिव (ग्रंथपाल)

- १८ वर्षे ग्रंथपाल : अतिरिक्त कार्यभार, बी.एड., डी.एड., नर्सिंग विभाग.
- इयत्ता ११ वी, १२ वी 'ग्रंथालयशास्त्र' या विषयाचे अध्यापन.
- शिक्षण संक्रमण, पुणे विद्यापीठ वार्ता, शिक्षण आणि समाज, मैत्रीच्या पलीकडे, नागरिक समता, साप्ताहिक स्फूर्ती इत्यादी नियतकालिकांमध्ये लेख प्रकाशित झालेले आहेत.
- राष्ट्रीय, राज्यस्तरीय आणि विद्यापीठस्तरीय परिषदांमध्ये सहभाग.
- ॲग्रिकल्चरल डेव्हलपमेंट ट्रस्ट, सेवक सहकारी पतसंस्थांचे माजी संचालक.
- पुरस्कार : १) श्रीसंत एकनाथ स्मृती गौरव पुरस्कार, २००८
  आत्मोन्नती व विश्वशांती साधक संस्था, मुंबई
  २) मणिरत्न शिक्षक गौरव पुरस्कार २००८
  डॉ. मणिभाई देसाई, ट्रस्ट
  ३) भारतरत्न सरदार वल्लभभाई पटेल,
  समाजभूषण पुरस्कार, पुणे

प्रा. लोहकरे रोहिदास सदाशिव (ग्रंथपाल)
एम. कॉम, एम. लिब, आय. सायन्स, एम. फिल.
शारदाबाई पवार महिला महाविद्यालय,
शारदानगर, ता. बारामती, पुणे

अनुक्रम

प्रकरण १

प्रास्ताविक

१.१ प्रस्तावना

महाराष्ट्राची स्थापना १ मे १९६० रोजी झाली असली तरी १ नोव्हेंबर १९५० पर्यंत ते द्विभाषिक राज्य होते. महाराष्ट्र राज्याचा इतिहास अतिशय रहस्यमय आहे. म्हणून त्याचा ऐतिहासिक आढावा घेणे अगत्याचे आहे.

महाराष्ट्राच्या नावाबाबत भिन्न प्रवाह आहेत. महावंश नावाच्या बौद्ध ग्रंथात इ.स. ५०० च्या सुमारास महारठ्ठ असा उल्लेख सापडतो. मोल्सवर्थच्या शब्दकोशात डॉ. जान विल्सन यांनी महारांचे राष्ट्र ते महार-राष्ट्र अशी व्युत्पत्ती लावली आहे. डॉ. भांडारकर यांनी राष्ट्रीक हे महाराष्ट्रीक झाले, त्यांचा देश महाराष्ट्र बनला असा तर्क लावला होता. म. म. काणे यांनी महान राष्ट्र महाराष्ट्र म्हणून संबोधले आहे. तसेच महानुभाव वाङ्मयातही "महंम राष्ट्र म्हणोनि महाराष्ट्र" असा उल्लेख आहे. रा. बा. जोशी यांच्या मते 'मरहट्ट' या कानडी शब्दावरून महाराष्ट्र हा शब्द आला असावा, असे विविध तर्क महाराष्ट्र नावातून काढलेले आहे.

प्राचीन काळाचा विचार करता महाराष्ट्रात अश्मयुगात मानवी अस्तित्वाच्या खुणा होत्या. तसेच महाराष्ट्रात फार प्राचीन काळात नंद व मौर्य घराण्याचे राज्य होते. त्यानंतर सातवाहनाची अधिसत्ता, अभिर व त्रैकूटक राजे काही भागात होते. त्रैकूटाकानंतर वाकाटकांची कारकीर्द होती. सहाव्या ते आठव्या शतकामध्ये बदामीच्या चालुक्यांची सत्ता होती. तसेच ८ ते १० व्या शतकात राष्ट्रकूटाचा अंमल होता. त्यानंतर दुसऱ्या चालुक्याचे राज्य होते. त्यानंतर शिलाहार घराण्याचे राज्य तेराव्या शतकापर्यंत होते. शिलाहारानंतर यादव घराणे सत्तेत आले. या यादवी काळात मराठी भाषा, मराठी वाङ्मय व महाराष्ट्र संस्कृती यांच्या दृष्टीने महत्त्वाची मानली जाते. यादवीनंतर खिलजीचा अंमल सुरू झाला. त्यानंतर तुघलक साम्राज्य आले. त्यानंतर

शिवाजीमहाराजांचा अंमल सुरू झाला. हिंदवी स्वराज्यानंतर इंग्रज राज्याचा अंमल सुरू झाला. अशा रीतीने महाराष्ट्रावर अनेक राजांचे राज्य होते.

स्वतंत्र भारतानंतर अनेक धगधगत्या प्रवाहांना सामोरे जाऊन महाराष्ट्राची निर्मिती केली आहे. संयुक्त महाराष्ट्राच्या चळवळीतून मुंबईसह महाराष्ट्र राज्य अस्तित्वात आले. प्रस्तुत पुस्तकात महाराष्ट्राच्या १९६० ते २००९-१० पर्यंतच्या पन्नास वर्षांचा कृषी विकासाचा आढावा घेण्याचा प्रयत्न केला आहे.

१.२ महाराष्ट्राच्या अर्थव्यवस्थेची वैशिष्ट्ये

भारताप्रमाणेच महाराष्ट्राची अर्थव्यवस्था कृषिप्रधान असली तरी औद्योगिक क्षेत्रात या राज्याने प्रगती साध्य केलेली आहे. महाराष्ट्र हे राज्य भारतात अग्रेसर मानले जाते. त्यादृष्टीने ठळक वैशिष्ट्यांचा थोडक्यात ऊहापोह करीत आहे.

१) औद्योगिकदृष्ट्या प्रगत : भारतामध्ये इतर राज्यांची तुलना करता महाराष्ट्र राज्य प्रगत आहे. एकूण औद्योगिक उत्पादन २,३९,२५५ कोटी रु. झाले आहे. 1948 Factories Act नुसार नोंदणी झालेले कारखाने सन १९६१ मध्ये चालू कारखाने ८२३३ वरून २००४ पर्यंत २८७०७ पर्यंत वाढले आहेत. तसेच ६ लाख लोकांना रोजगार प्राप्त झाला. इतर राज्यांच्या मानाने महाराष्ट्र औद्योगिकदृष्ट्या प्रगत मानला जातो.

२) प्रादेशिक असमतोल : औद्योगिकदृष्ट्या महाराष्ट्र प्रगतिपथावर असला तरी उद्योगाची वाढ व विस्तार विषम प्रमाणात झाला आहे. सर्वाधिक उद्योगाचे केंद्रीकरण मुंबई, पुणे, नाशिक या भागात दिसून येते. कोकण, मराठवाडा व विदर्भ हे औद्योगिकदृष्ट्या अविकसित राहिलेले आहेत.

३) दरडोई उत्पन्नाची उच्चपातळी : दरडोई उच्च उत्पन्न हे राज्याच्या प्रगतीचे लक्षण मानले जाते. महाराष्ट्रात १९६०-६१ मध्ये त्यावेळच्या किमतीनुसार ४०० रुपये इतके होते. चालू किमतीनुसार ३७०८१ रु. आहे. म्हणजे २००७ नुसार दरडोई उत्पन्न उच्च पातळीवर असून दुसऱ्या क्रमांकावर आहे.

४) प्राथमिक क्षेत्राचा घटता वाटा : महाराष्ट्राच्या कृषी व्यवस्थेच्या उत्पन्नामध्ये महत्त्वाचे वैशिष्ट्य म्हणजे कृषी क्षेत्राचा वाटा कमी कमी होत आहे. १९६०-६१ मध्ये ४१.८४% वाटा प्राथमिक क्षेत्राचा होता. १९९०-९१ मध्ये २३.६०% झाला तर २००७-०८ मध्ये २१.४०% पर्यंत कमी झालेला दिसून येतो. म्हणजे अर्थशास्त्रीय विचार करता प्राथमिक क्षेत्राचा उत्पन्नातील वाटा कमी होऊन द्वितीय व तृतीय क्षेत्राचा वाटा म्हणजे प्रगतीचे द्योतक मानले जाते.

५) शेतीची अल्प उत्पादकता : महाराष्ट्राच्या शेतीची उत्पादकता भारतीय शेतीप्रमाणे अल्प राहिलेली आहे. शिवाय इतर राज्यांच्या तुलनेत कमी आहे.

परिणामत: म्हणजे अन्नधान्याच्या उत्पादनाबाबत त्रुटीचे राहिलेले आहे. सन १९६०-६१ मध्ये ६१ लाख मेट्रीक टन अन्नधान्य उत्पादन तर २००५-०६ मध्ये १२२ लाख टन उत्पादन झाले असले तरी शेती उत्पादकता कमी आहे.

तक्ता क्र. १.१
महाराष्ट्रातील प्रमुख पिकांची दर हेक्टरी उत्पादकता (क्विंटल)

पीक	१९६०-६१	१९९९-२०००	२००७-०८
तांदूळ	१०५४	१६८३	१९०२
गहू	४४२	१३६९	१८९२
ज्वारी	६७८	९०४	९६५
कापूस	११४	१६२	२१९
ऊस (मेट्रीक टन)	६६.९२	९०.५	८०.९१

(महाराष्ट्र इकॉनॉमिक सर्व्हे - २००९)

६) जलसिंचनाचे अल्प प्रमाण : महाराष्ट्राची शेती उत्पादकता कमी असण्याच्या कारणांपैकी एक कारण जलसिंचनाचे अल्प प्रमाण हे होय. एकूण लागवडीखालील क्षेत्रफळाचे प्रमाण २२४ लाख हेक्टर्स होते. पैकी १६.४% क्षेत्रफळ सिंचनाखाली आहे. हे प्रमाण अतिशय कमी आहे. इतर राज्यांचा विचार करता हरियाना ६९%, उत्तर प्रदेश ५१%, तामिळनाडू ४३.७% इतके आहे.

७) नागरी लोकसंख्येचे मोठे प्रमाण : महाराष्ट्र राज्याच्या एकूण लोकसंख्येपैकी १९६०-६१ मध्ये १९.९% होते. सन २००१ मध्ये ४०% प्रमाण होते. २००७-०८ मध्ये हे प्रमाण ४२% पर्यंत पोहोचले आहे. जिल्हावार विचार करता मुंबई १००%, नागपूर ५७%, पुणे ४७% तर अहमदनगर, सातारा, भंडारा प्रत्येकी १३% नागरी प्रमाण आहे. इतर राज्यांचा विचार करता उत्तर प्रदेश १२.७३%, तामिळनाडू ८.१५% तर महाराष्ट्रात ४२% आहे. म्हणजे महाराष्ट्रात नागरी लोकसंख्येचे प्रमाण जास्त आहे.

८) सहकाराचे उगमस्थान : ग्रामीण भागाचा विकास करण्याकरिता सहकार चळवळीचे योगदान आहे. सहकारामुळे ग्रामीण पतपुरवठा, शेती विपणन, सहकारी कृषिउद्योग, सहकार वाहतूक अशा क्षेत्रांचा विकास मोठ्या प्रमाणावर झाला आहे. भारतामध्ये सहकाराचे उगमस्थान महाराष्ट्रात आहे. सहकाराचा उगम, विस्तार, विकास महाराष्ट्रात सर्वाधिक आहे. म्हणून सहकार चळवळ हे वैशिष्ट्य मानले जाते. शेती सहकारी संस्थांची निर्मिती मोठ्या प्रमाणावर आहे.

९) वैशिष्ट्यपूर्ण योजना : महाराष्ट्र राज्य सामाजिक व आर्थिकदृष्ट्या प्रगतिशील

असून बेरोजगारीचा प्रश्न सोडविण्याकरिता रोजगार हमी योजना, एकाधिकार कापूस खरेदी योजना अशा वैशिष्ट्यपूर्ण योजना राबवित आहे.

१०) महाराष्ट्रातील पीकपद्धतीत तफावत : महाराष्ट्रात पाऊस, हवामान, जमिनीची सुपिकता इ. वेगवेगळी असल्यामुळे पीक रचनेत तफावत आहे. कोकणात तांदूळ, आंबा, नारळ, काजू ही पिके घेतली जातात. पश्चिम महाराष्ट्रात कोरडवाहू क्षेत्रात ज्वारी, मका, बाजरी, भुईमूग व कापूस अशी पिके घेतली जातात. जलसिंचन भागात ऊस, कांदा, द्राक्षे, भाजीपाला इत्यादी पिके घेतली जातात. विदर्भात कापसाचे पीक घेतात.

११) लोकसंख्येत प्रचंड वाढ : महाराष्ट्र राज्याचा लोकसंख्येबाबत भारतात दुसरा क्रमांक आहे. भारताच्या लोकसंख्यावाढीपेक्षा राज्याचा लोकसंख्या वाढीचा दर जास्त आहे.

तक्ता १.२

महाराष्ट्रातील लोकसंख्या वाढ

वर्ष	लोकसंख्या	शेकडा वाढ
१९६०-६१	३,९५,५३,७१८	२७.४५%
१९७०-७१	५,०४,१२,२३५	२४.५४%
१९८०-८१	६,२६,९३,८९८	२५.७३%
१९९०-९१	७,८९,३७,१८७	२२.७३%
२०००-२००१	९,६७,५२,२४७	

(स्रोत - India - 2001)

या तक्त्यावरून स्पष्ट होते की, १९७० ते १९८० हे दशक वगळता लोकसंख्या दरवर्षी २.४% ने वाढत आहे.

१२) साक्षरतेचे उच्च प्रमाण : महाराष्ट्र राज्याचा साक्षरतेबाबत भारतात दुसरा क्रमांक असून ७७.३% प्रमाण साक्षरतेचे आहे. पुरुष साक्षरता ८६.३% तर स्त्री साक्षरता ६७.५% आहे. अशाप्रकारे महाराष्ट्रातील शेती व्यवसायाचे वैशिष्ट्य दिसून येते.

१.३ महाराष्ट्राची साधनसंपत्ती

कोणताही देश, राज्य महसूल विभाग यांच्या आर्थिक विकासासाठी साधनसामग्री आवश्यक असते. महाराष्ट्रातील शेतीचा विकास हा उपलब्ध साधनसामग्रीवर अवलंबून असतो. जमीन प्रकार, पाऊस, जंगले, ऊर्जासंपत्ती, पशुधन, मनुष्यबळ ही सर्व साधनसंपत्ती आहे. त्याचा आढावा पुढीलप्रमाणे-

१) जमीन : महाराष्ट्राचे क्षेत्रफळ ३०७,६९० चौ. कि.मी. असून क्षेत्रफळाबाबत भारतात तिसरा क्रमांक आहे. महाराष्ट्राला ७२० कि.मी. लांबीचा समुद्रकिनारा लाभला आहे. तिन्ही बाजूस जमीन आहे. शेती करण्यासाठी जमिनीचे महत्त्व आहे. जमिनीचा कस, हवामान व पाऊस या तीन घटकांवर शेती अवलंबून असते. महाराष्ट्रात कोरडवाहू क्षेत्रफळ जास्त असल्यामुळे दुबार पिके घेतली जातात. ऊसपीक वगळता दर हेक्टरी उत्पादकता कमी आहे. महाराष्ट्राचा ९०% भूभाग बेसॉल्ट खडकाने बनलेला असल्यामुळे उथळ व पाणी धरून न ठेवणाऱ्या जमिनीचे प्रमाण अधिक आहे. विदर्भात सुपीक व कसदार जमीन आहे. महाराष्ट्रात हलक्या प्रतीची जमीन जास्त असल्याने ती शेतीस उपयुक्त ठरत नाही. महाराष्ट्रात जमिनीच्या प्रकारानुसार शेती केली जाते. त्यानुसार पीकपद्धतीचा अवलंब केला जातो.

२) हवामान : महाराष्ट्राचे हवामान मोसमी स्वरूपाचे असून हवामानात विविधता आढळते. हिवाळ्यात किनाऱ्यालगतच्या भागात कमाल २८ अंश सेल्सिअस, मध्यभागात ३० ते ३३° सेल्सिअस तापमान असते. उन्हाळ्यात अंतर्गत भागात तापमानात फरक पडतो. पश्चिम महाराष्ट्रात हवामान बरेचसे समशीतोष्ण आहे. याउलट मराठवाडा विदर्भ आणि सोलापूर व जळगाव जिल्ह्यामध्ये विषम स्वरूपाचे तापमान असून तपमानामध्ये ऋतूनुसार फरक आढळतो.

३) वारे : महाराष्ट्रात हिवाळ्यात पृष्ठभागीय वारे ईशान्येकडून तर पावसाळ्यात नैर्ऋत्य दिशेकडून पूर्वेकडे वाहतात. हिवाळा व उन्हाळ्यात किनारपट्टीतील प्रदेशात दुपारी व रात्री खारे आणि मतलई वारे वाहू लागतात. पावसाळ्यात पश्चिमी वारे वेगवान वाहतात तर ऑक्टोबर महिन्यात वाऱ्याचा वेग मंद असतो.

४) वनसंपत्ती : पर्यावरणाचा समतोल राखण्यासाठी वनसंपत्तीचे योगदान महत्त्वाचे आहे. राज्याच्या एकूण भौगोलिक क्षेत्रापैकी वनक्षेत्राचे प्रमाण २२% आहे. महाराष्ट्रातील जंगल सहा प्रकारात दिसून येते.

१) उष्णकटिबंधीय सदाहरित अरण्ये.

२) उष्णकटिबंधीय अर्धसदाहरित अरण्ये.

३) उपउष्णकटिबंधीय सदाहरित अरण्ये.

४) उष्ण कटिबंधीय काटेरी खुरट्या वनस्पती अरण्ये.

५) उष्ण कटिबंधीय पानझडी वृक्षांची अरण्ये.

६) मॅग्रुव्ह (खारफुटी) प्रकारची अरण्ये.

अशाप्रकारची जंगले आढळतात. या जंगलांमध्ये शेतीपूरक व्यवसाय चालतात.

५) जलसंपत्ती : कोणत्याही प्रदेशाच्या विकासासाठी पर्जन्यमान महत्त्वाचे असते. शेतीची उत्पादकता व शेती विकासात जलसंपत्ती महत्त्वाची असते. महाराष्ट्रात

भूपृष्ठावर जलसंपत्ती आहे तसेच भूअंतर्गत जलसंपत्तीचे स्रोत आहेत. महाराष्ट्र राज्याचा १/३ भाग पर्जन्यछायेच्या प्रदेशात मोडतो. कोकण किनारपट्टीत साधारणपणे २५० ते ३०० सें.मी. इतके पावसाचे प्रमाण आहे. मराठवाड्यात ६५ ते १०० सें.मी. पाऊस पडतो. विदर्भात १५० सें.मी. पेक्षा जास्त पाऊस पडतो. पश्चिम महाराष्ट्राच्या भागात ६० ते ७५ सें.मी. पाऊस पडतो. अशाप्रकारे पावसाच्या विषम वाटपामुळे शेतीत विविध प्रकारची प्रदेशनिहाय पिके घेतली जातात.

६) खनिज संपत्ती : महाराष्ट्रात कोळसा, खनिज, लोखंड, बॉक्साईट, मँगनीज, क्रोमियम, तांबे, युरेनियम इ. साठे दिसून येतात. राज्याच्या दक्षिण व पूर्वभागात ही खनिजे आढळतात. १९६० मध्ये महाराष्ट्रातील खनिज साठ्यांचा वाटा ३.३% होता. तेवढाच वाटा आजही दिसत आहे. महाराष्ट्रात ३८,००० चौ. कि. मी. इतके खनिजाचे भूमितील क्षेत्र आहे. म्हणजे राज्याच्या एकूण भौगोलिक क्षेत्रफळापैकी १२.३% क्षेत्रात खनिजे आढळतात. राज्यात खनिज उत्पादन पुढीलप्रमाणे-

तक्ता क्र. १.३

महाराष्ट्रातील खनिज उत्पादन (हजार मेट्रीक टन)

खनिज	१९६०	१९८१	२००६
कोळसा	८५६	७५९३	३६,०७०
कच्चे लोखंड	३६२	७८६	५१७
चुनखडी	५५	८७१	८८०
कच्चे मँगेनीज	१७९	२३७	५११
बॉक्साईट	२७	३४८	१२३९
डोलोमाईट	६	२७	११५

या तक्त्यावरून स्पष्ट होते की, महाराष्ट्रात खनिजाचे उत्पादन वाढलेले आहे.

७) मत्स्यसंपत्ती : महाराष्ट्रात समुद्रात, नदीमुखाशी, तळी, तलाव व धरणे इत्यादी ठिकाणी मासेमारी व्यवसाय चालतो. महाराष्ट्रात एकूण ८७००० चौ.कि.मी. क्षेत्र मासेमारीसाठी उपयुक्त आहे. एकूण माशांपैकी ५०% मासे सुकविले जातात. मासे उत्पादनात राज्याचा भारतात पहिला क्रमांक असून, निर्यात मोठ्या प्रमाणात केली जात आहे. सहकारी तत्त्वावर मासेमारी व्यवसाय चालत आहे.

८) पशुधन : १) दुग्धव्यवसाय - याचा अभ्यास पुढे स्वतंत्रपणे केला आहे.

■

१.४ भारताच्या तुलनेत महाराष्ट्राचे स्थान

तक्ता क्र. १.४

		१९९०-९१			२०००-२००१			२००७-०८		
क्र	बाब	भारत	महाराष्ट्र	% प्रमाण	भारत	महाराष्ट्र	% प्रमाण	भारत	महाराष्ट्र	% प्रमाण
१)	क्षेत्रफळ चौ.कि.मी.	३२,८७,७८२	३,०७,६९०	९.६६	३२,८७,२६३	३,०७६९०	९.६६	३२,८७,२६३	३,२७६९०	९.३६
२)	लोकसंख्या	८४को.३९ला	७को.८७ला.	९.१७	८४को.४३ला.	७को.८७ला.	९.३२	१०२.७ को.	९.६८ को.	९.३२
३)	जिल्हे	४१२	३१	७.२८	४१२	३५	७.२८	४१२	३५	७.२८
४)	खेडी	६,०५,२२४	३९३४५	६.५०	६,०५,२२४	४१,२५१	६.८२	६०५२२४	४३७२२	७.२२
५)	शेतीतील लागवड क्षेत्र (लाख हे.)	१७६०	२०७	११.८	१८६४	२१९	११.८	१७६०	२२४	१२.७
६)	सिंचन लाभक्षेत्र	३०.७%	१३.१%	----	३६.७%	१६.२%	----	४१.२%	१६.४%	----
७)	एकूण वनक्षेत्र चौ.कि.मी	७,३६,६८५	६४०७८	८.७	७,३६,६८५	६३,०१८	८.५५	७,७४,७४०	६१९३९	८.००
८)	चालू कारखाने	१,७८,७३९	२३०५८	१२.८९	२,५४,६०१	२८,३३९	११.१%	२,३९,६२७	३,०३८५	१२.७
९)	वीज उत्पादन (द. घ. कि. वॅट)	२४५४०२	३५,२६०	१५.९%	४,२१,८३२	५५,३८४	१३.१	५,९४,४५६	६८,८६५	११.६
१०)	बँक शाखा	५९,८९७	५५४१	९.२५	६५,११८	६१८२	९.५	६९३८२	६५५४	९.४
११)	रा. उत्पन्न	३,४६,९९४	४५,६१३ को.	१३.१	१४,३१,५२७	२,१३,८६०	१५.०%	२८,४६७६२	३,८६,२४१	१३.६
१२)	दरडोई	४२५२ रु.	६१८४	----	१४,६८२	२३,८४९	----	२५७१६	३७०८१	
१३)	खत वापर (दर हेक्टरी)	६२.२	४३.४	----	८७ कि.ग्रॅम.	१५ कि.	----	९३	३५	
१४)	तृणधान्य	१८७२	९१५ कि.ग्रॅम	----	१७४८	१०२२	९६३	१८८२	९६३	
१५)	कडधान्य	६९६ कि.	५०५	----	५८६ कि.	४९२	५८७	५५७	५४६	
१६)	कारखानदारीमुळे दरडोई मूल्यवृद्धी	३३२ रु.	८६२ रु.	----	१६२८ रु.	३,८६२	----	२०५४	४१८२	

प्रकरण २

महाराष्ट्राची शेती

२.१ प्रस्तावना

महाराष्ट्राची शेती इतर राज्यांच्या तुलनेत मागास समजली जाते. कारण महाराष्ट्राच्या शेतीत संस्थात्मक सुधारणा फारशा झाल्या नाहीत. तसेच शेतीची उत्पादकता कमी आहे. तसेच दर हेक्टरी उत्पादकता कमी आहे. परिणामत: महाराष्ट्र राज्य अन्नधान्याच्या उत्पादनात मागास असून त्रुटीचे आहे. प्रस्तुत प्रकरणात महाराष्ट्राच्या शेतीविषयक घटकांचा अभ्यास करणार आहोत. त्यामध्ये भू-सुधारणा, शेतजमिनीचे प्रमाण, शेती उत्पादकता, पीक आकृतिबंध, शेतमाल किंमत धोरण यांचा अभ्यास करणार आहोत.

२.२ महाराष्ट्रातील जमीन सुधारणा

महाराष्ट्रातील भू-सुधारणांतर्गत जमीनदारी, महालवारी, रयतवारी अशा पद्धतीचे उच्चाटन करून जमिनीची मालकी वहिवाटदारांना देणे, कुळांना संरक्षण देऊन मालकीहक्क प्रदान करणे, जमीनधारणा कमाल मर्यादा निश्चित करणे, तुकडी करणास प्रतिबंध करून एकत्रिकरणास प्रोत्साहन देण्याचे धोरण राबविण्यात आले आहे. जमीन सुधारणा म्हणून महाराष्ट्रात पुढीलप्रमाणे कृती करण्यात आली आहे.

१) मध्यस्थांचे उच्चाटन : महाराष्ट्रात शेतीव्यवसायात जमीनदारी, महालवारी व रयतवारी पद्धत होती तसेच खोत, मालगुजार, इनामदार, जहागीरदार अशा मध्यस्थांमुळे कसणाऱ्यांना जमिनीची शाश्वती नव्हती. शिवाय उत्पादनातील किती वाटा मध्यस्थास द्यावा याचे बंधन नव्हते. म्हणून या मध्यस्थांना हटवून वतनदाऱ्या नष्ट केल्या पाहिजेत म्हणून १९५०-५१ मध्ये कायदे करून वतनदाऱ्या

नष्ट केल्या. विविध मध्यस्थ हटवले गेल्यामुळे शेतकरी व सरकार यांच्यात प्रत्यक्ष संबंध प्रस्थापित झाले. सर्व राज्यांना जमीन महसूल कोड एकच करण्यात आले. महाराष्ट्रात १९६५ मध्ये याबाबत कायदा करण्यात आला. त्याचप्रमाणे मध्यस्थांचे उच्चाटन करून शेतकऱ्यांना तलाठ्यामार्फत खातेपुस्तिका देण्यात आली आहे. आजही महाराष्ट्रात तलाठ्यामार्फत खाते पुस्तकांतील नोंदी केल्या जातात. सन १९७४ मध्ये महाराष्ट्रात जमीन सुधारणा विधेयक संमत केले आहे. १ एप्रिल १९५६ मध्ये कसेल त्याची जमीन असा कायदा करण्यात आला.

२) कमाल जमीन धारणा : महाराष्ट्रात कमाल जमीन धारणा कायद्याने २६ जानेवारी १९६२ मध्ये मर्यादा घातली आहे. या कायद्याने अतिरिक्त जमीन शेती महामंडळ, सहकारी शेती संस्था व भूमिहिनांना वाटप करण्यात आले आहे. या कायद्याने २००२ अखेर २ लाख ९९ हजार हेक्टर जमीन अतिरिक्त करून वाटप करण्यात आले आहे. १९५९ मध्ये नागपूर अधिवेशनात कमाल जमीन धारणा विधेयक मांडून सन १९६० मध्ये कायदा करण्यात आला.

३) तुकडीकरण प्रतिबंध व एकत्रीकरण अधिनियम : महाराष्ट्रात १९४७ मध्ये तुकडीकरण प्रतिबंध व एकत्रीकरण अधिनियम राबविण्यात आला. त्यानुसार १९९३ पर्यंत २९,८६२ गावांत जमीन एकत्रीकरणाचे काम पूर्ण करण्यात आले. परंतु १९९३ पासून महाराष्ट्र शासनाने हा कार्यक्रम थांबविला आहे.

४) शेती महामंडळाच्या जमीनी परत करण्याचा कार्यक्रम : महाराष्ट्राने जमीन सुधारणा अंतर्गत भूमिहिनांना जमिनीचे वाटप व्हावे, ज्यांच्या मालकीच्या जमिनी महामंडळाकडे होत्या त्यांचे वाटप सन १९७१-७२ मध्ये केले आहे.

अशाप्रकारे महाराष्ट्रात जमीन सुधारणा करण्याचा प्रयत्न केला असला तरी शासनाला त्यात फारसे यश आलेले नाही.

२.३ जमिनीचा वापर

कोणत्याही राज्याची उपलब्ध असणाऱ्या जमिनीची वर्गवारी शेती, वने, बिगर शेती, नापीक, पडीक, कुरणे, मळे, मशागत योग्य पडीक जमीन अशी केली जाते. महाराष्ट्राचे भौगोलिक क्षेत्रफळ ३०७.५८ लाख हेक्टर आहे. त्यापैकी कोणत्या क्षेत्रात किती जमीन उपयोजनात आहे. तसेच शेती क्षेत्रास किती जमीन वापरली जाते, याचा विचार महत्त्वाचा आहे. महाराष्ट्रात १९६०-६१ ते २००६-०७ पर्यंतचा विचार करता उपलब्ध जमिनीपैकी शेतीसाठी वापरली जाणाऱ्या जमिनीचे प्रमाण खालील तक्त्यावरून स्पष्ट होते.

तक्ता क्र. २.१
महाराष्ट्रातील जमिनीचा वापर (हजार हेक्टर)

तपशील	१९६०-६१	१९९०-९१	२०००-०१	२००६-०७
१) क्षेत्रफळ	३०,७५८	३०,७५८	३०,७५८	३०,७५८
२) कृषी करिता उपलब्ध नसलेली जमीन	२,४९५	२७१३	२९९७	३१३१
३) कृषीखालील नसलेली जमीन (कायम कुरणे, झाडे, झुडपे, मशागत योग्य पडीक जमीन)	२५५९	२३९२	२४७०	२४१६
४) पडीक जमीन (चालू व अन्य पडीक जमीन)	२४१४	१९६१	२३६०	२५१९
५) कृषीखालील क्षेत्रफळ	१८८०	१९५०	२१७०	----
६) पिकाखालील एकूण क्षेत्रफळ	----	२१८५९	२२२५६	२२५५७

वरील तक्त्यावरून स्पष्ट होते- महाराष्ट्रात कृषीखालील क्षेत्रफळात वाढ झालेली आहे. म्हणजे शेती करण्याचा लोकांचा कल वाढत आहे. महाराष्ट्रात सर्वात जास्त कृषी क्षेत्रफळ अहमदनगर जिल्ह्यात आहे. एकूण क्षेत्रफळापैकी १३७ हजार हेक्टर क्षेत्रफळ लागवडीखाली आहे. महाराष्ट्रात पिकाखालील एकूण क्षेत्रफळात वाढ झालेली आहे.

२.४ धारणक्षेत्राचे आकारमान

भारतामध्ये सन १९७०-७१ पासून दर दहा वर्षांनी कृषी गणना केली जाते. त्याशिवाय दर पाच वर्षांनी नमुना पाहणी करण्यात येते. यावरून सीमांत, लहान, मध्यम, मोठे जमीनधारक व ते कसत असलेली जमीन तसेच शेत धारण क्षेत्राचे सरासरी आकारमान समजते. धारणक्षेत्राचे आकारमान आर्थिकदृष्ट्या किफायतशीर

तक्ता क्र. २.२

महाराष्ट्रातील वहिती खातेदार, वहिताचे एकूण क्षेत्र व सरासरी क्षेत्र

अ. क्र.	आकारवर्ग हेक्टर	वहिती खातेदार संख्या (शंभरात)			वहितीचे एकूण क्षेत्रफळ (शंभर हेक्टर्स)			वहितीचे सरासरी क्षेत्र (हेक्टर्स)		
		१९७०-७१	१९९०-९१	२०००-०१	१९७०-७१	१९९०-९१	२०००-०१	१९७०-७१	१९९०-९१	२०००-०१
१)	०.५ खाली	६८३४	१६६७२	२७,६४२	१६३४	४११९	१३२७	०.२४	०.२५	०.२७
२)	०.५ ते १.०	५,५८५	१६०७५	२५५९५	४१४२	१२०५७	१९१५९	०.१४	०.७५	०.७५
३)	१.० ते २.०	८७८३	२७२७६	३६०५६	१२८४२	३९८३३	५१२७१	१.४६	१.४६	१.४२
४)	२.० ते ३.००	६२६६	१३९६९	१५७९१	१५३८६	३३६८९	३७४१५	२.४६	२.४१	२.३७
५)	३.० ते ४.०	४६०६	७२८९	६९४९	१५९२०	२५१०८	२३६७६	३.४६	३.४४	३.४०
६)	४.० ते ५.०	३७७६	४४६९	३७८०	१५९६१	१९८६४	१६७१७	४.४६	४.४४	४.४२
७)	५.० ते १०.०	८७१५	९७४१	४८७३	६१,२१३	४८७००	३२०८४	७.०२	६.७३	६.५८
८)	१०.० ते २०.०	४१८०	२१५३०	७७३	५६३०२	१९७४९	९९६१	१३.४७	१२.९१	१२.८९
९)	२०.० च्या वर	९६१	१७६	९७	२८३९४	६१२९	३४१८	२९.५५	३४.८२	३५.२४
	एकूण	४९५००	९४६९७	१,२१,३७६	२,११,७९४	२,०९,२४८	२,०१,०२८	४.२८	२.२१	१.६६

(स्रोत - कृषी आयुक्तालय)

असणे अगत्याचे ठरते. धारणक्षेत्राचे आकारमान किफायतशीर असावे की जेणेकरून त्या जमिनीत कुटुंबाला किमान राहणीमान प्राप्त होण्याइतपत उत्पन्न शेतकऱ्यांना मिळू शकेल. म्हणून महाराष्ट्रात सन १९७०-७१ ते २०००-०१ पर्यंतचे धारणक्षेत्राचे आकारमान पुढील तक्ता क्र. २.२ ने स्पष्ट होते.

या तक्त्यावरून स्पष्ट होते की, महाराष्ट्रात १९७०-७१ साली वहिती खातेदारांची संख्या ४९५०६ होती ती सन २०००-२००१ मध्ये १,२१,३७६ इतकी झाली म्हणजे ४०% इतकी वाढ झाली आहे. तसेच ०.५ हेक्टर खालील वहिती खातेदारांची संख्या ६८३४ वरून २७,४६२ पर्यंत वाढली आहे. म्हणजे लहान आकाराचे धारणक्षेत्र वाढलेले आहे.

सन १९९०-९१ मध्ये एकूण वहितीचे एकूण क्षेत्र २,११,७९४ वरून २,९,२४८ हे. पर्यंत कमी झाले. त्याचप्रमाणे सरासरी वहितीचे क्षेत्र १९७०-७१ मध्ये ४.२८ हेक्टर्स वरून १.६६ हेक्टर्स पर्यंत कमी झाल्याचे दिसते. सन २०००-०१ मध्ये महाराष्ट्रात वहितीचे क्षेत्रफळ कमी कमी होत आहे. महाराष्ट्रात कृषीक्षेत्राला फार महत्त्वाचे स्थान असूनही धारणक्षेत्राचे आकारमान अतिशय छोटे असल्यामुळे शेतीबाबत महाराष्ट्र हे गरीब राज्य म्हणून ओळखले जाते.

धारणक्षेत्राचे आकारमान कमी असण्याची कारणे :-

१) वाढत्या लोकसंख्येचा दबाव
२) वारसाहक्क विषयक कायदे
३) रूढी परंपरा
४) संयुक्त कुटुंब पद्धतीचा ऱ्हास
५) वाढता कर्जबाजारीपणा
६) ब्रिटिश कायदेकानून
७) हस्तोद्योग व ग्रामोद्योगाचा ऱ्हास
८) वाढते नागरीकरण
९) कौटुंबिक संघर्ष
१०) वाढते औद्योगिकीकरण

या कारणांमुळे जमिनीच्या धारणक्षेत्राचे आकारमान लहान झाले आहे. या लहान आकाराच्या धारणक्षेत्रामुळे पुढील परिणाम जाणवत आहेत.

१) दारिद्र्याचे दुष्टचक्र
२) वाढती बेकारी
३) अकार्यक्षम उत्पादन पद्धतीचा अवलंब
४) यांत्रिकीकरणावर मर्यादा

५) खर्चिक शेती

६) गुलामगिरी, शोषण

७) सामाजिक स्वास्थ्यात बिघाड

८) बांध, रस्ता व पाट इत्यादींमुळे जमीन वाया.

२.५ महाराष्ट्रातील शेतीप्रकार

महाराष्ट्रातील भौगोलिक स्थितीत विविधता आढळते. त्याचप्रमाणे हवामानात भिन्नता असून जमिनीचा प्रकार, गुणवत्ता यात फरक आढळून येतो. त्यामुळे एकाच प्रकारची शेती करणे अशक्य होते. शिवाय शेती मशागतीवर प्रादेशिक घटकांचा प्रभाव पडतो. त्यामुळे विविध प्रकारची शेती केली जाते. त्यांचे प्रकार पुढीलप्रमाणे-

१) ओलीत शेती : ज्या भागात पावसाचे प्रमाण जास्त असते त्या भागात ही शेती केली जाते. उदा. कोकण किनारपट्टी, सह्याद्री पर्वताच्या पायथ्याशी तांदळाची शेती केली जाते.

२) आर्द्र शेती : ज्या भागात पाऊस १०० ते २०० सें.मी. असतो त्या भागात आर्द्र शेती केली जाते. कोकणासह पूर्व विदर्भात भंडारा, चंद्रपूर, गडचिरोली येथे ही शेती करतात.

३) बागायत शेती : वार्षिक पर्जन्यमान ५० ते १०० सें. मी. असून पाण्याची सुविधा उपलब्ध असते त्या भागात बारमाही शेती केली जाते, ती बागायत शेती होय. महाराष्ट्राच्या पश्चिम भागात अशी शेती केली जाते. कारण या भागात धरणांची संख्या जास्त आहे. या भागात नगदी पिके जास्त घेतली जातात.

४) कोरडवाहू किंवा जिरायत शेती : महाराष्ट्राच्या ज्या भागात पाऊस ५० सें.मी. पेक्षा कमी पडतो त्या भागात कोरडवाहू शेती केली जाते. हा प्रदेश अवर्षणप्रवण म्हणून ओळखला जातो. सोलापूर, अहमदनगर जिल्हा, पुणे, नाशिक, धुळे यांचा पूर्व भाग आणि औरंगाबाद, जालना, बीड, उस्मानाबाद जिल्ह्यांच्या पश्चिम भागातही शेती केली जाते.

५) पायर्‍या पायर्‍यांची शेती : ज्या प्रदेशात डोंगर आहेत त्या डोंगराच्या भागात ही शेती केली जाते. डोंगर उतारावर लहान लहान बांध टाकून शेती केली जाते. अशी शेती मावळ, खानदेश, डोंगररांगा या भागात केली जाते.

६) स्थलांतरित शेती : अरण्यात आदिवासी लोक काही प्रदेश साफ करून शेती करतात. शिवाय एक प्रदेश साफ केला की दुसरा भाग साफ करून शेती करतात. त्यास स्थलांतरित शेती म्हणतात. महाराष्ट्राच्या ठाणे, धुळे, नंदुरबार, जळगाव, अमरावती, गडचिरोली, चंद्रपूर व भंडारा या जिल्ह्यांत ही शेती केली जाते.

२.६ महाराष्ट्रातील पीक आकृतिबंध

महाराष्ट्रात उपलब्ध असलेली जमीन, त्याची प्रत, तापमान, आर्द्रता, पाऊस यांच्या विविधतेमुळे पीकपद्धतीत विविधता आढळून येते. त्याचप्रमाणे जिल्हा नियोजन आराखड्यामध्ये पीक पद्धत बदलते. तसेच प्रत्येक जिल्ह्याच्या मध्यवर्ती सहकारी बँकांचा शेती पिकाबाबत पत आराखडा यानुसार पीक पद्धत बदलत असते.

कोकणात पावसाचे प्रमाण जास्त असल्यामुळे व जमीन तांदूळ पिकाला चांगली असल्यामुळे ८०% तांदूळ पिकाचे उत्पादन केले जाते. शिवाय आर्द्र हवामानामुळे आंबा, काजू, नारळ ही पिके घेतली जातात.

पश्चिम महाराष्ट्रातील बराच प्रदेश पर्जन्यछायेत असून हवामान उष्ण कोरडे असून जमीन उथळ स्वरूपाची आहे. त्यामुळे ज्वारी, बाजरी, कडधान्ये आणि पाण्याचा प्रदेश असल्यामुळे ऊस, कापूस, भुईमूग अशी नगदी पिके घेतात.

मराठवाड्यात कोरडे हवामान व मध्यम पाऊस यामुळे ज्वारी, बाजरी, कडधान्ये व तेलबिया ही पिके घेतात. विदर्भामध्ये जमीन उच्चप्रतीची असल्यामुळे तेथे कापसाचे पीक घेतात.

महाराष्ट्रात शेतीचा हंगाम खरीप व रब्बी या प्रकारात असतो. खरीप व रब्बी या हंगामात वेगवेगळी पिके घेतली जातात ते पुढील तक्त्यावरून स्पष्ट होते.

तक्ता क्र. २.३

महाराष्ट्रातील खरीप व रब्बी पीक क्षेत्र (लाख हेक्टर)

खरीप				रब्बी			
पीक	क्षेत्र लाख हे.	सर्वाधिक क्षेत्राचा जिल्हा	जिल्ह्यातील पिकाचे क्षेत्र	पीक	क्षेत्र	सर्वाधिक क्षेत्राचा जिल्हा	जिल्ह्यातील पिकाचे क्षेत्र
ज्वारी	२८	अकोला वाशिम	२.८	ज्वारी	३४	सोलापूर	०७
कापूस	२६	यवतमाळ	४.२	गहू	०८	नाशिक	०.८
बाजरी	१९	नाशिक	३.६	हरभरा	६	नाशिक	०.४
तांदूळ	१४	भंडारा-गोंदिया	२.८	इतर कडधान्ये	१.३	चंद्रपूर	०.३
तूर	९	यवतमाळ	८.०	करडई	५.७	परभणी हिंगोली	०.७
भुईमूग	६	अमरावती	०.८९	सूर्यफूल	१.८	लातूर	०.४
ऊस	४	कोल्हापूर	०.६३	उ.भुईमूग	१.९	परभणी हिंगोली	०.३

(स्त्रोत : महाराष्ट्र राज्य शेती आयोग अहवाल)

२.७ महाराष्ट्रातील पीकपद्धतीत बदल

राज्यामधील लागवडीखालच्या एकूण क्षेत्रापैकी प्रत्येक पिकाखाली किती क्षेत्र आहे, हे प्रमाण आकडेवारीच्या साह्याने अभ्यासल्यानंतर पीक पद्धतीतील बदलांचा अंदाज येऊ शकतो. सन १९६०-६१ ते २००७-०८ या कालावधीत राज्यातील पीक पद्धतीत झालेल्या बदलाचे विश्लेषण दिले आहे. महाराष्ट्रातील गेल्या पन्नास वर्षांत शेतीक्षेत्राने केलेला विकासाचा ढोबळ अंदाज येऊ शकतो. शिवाय पीक पद्धतीत कसा बदल झाला याचा मागोवा घेता येतो. म्हणून तक्ता क्र. २.४ मध्ये बदल दर्शविला आहे.

तक्ता २.४

पीकपद्धतीत बदल (क्षेत्रफळ - हजार हेक्टर्स)

पीक	१९६०-६१	१९९०-९१	२०००-२००१	२००७-०८
तांदूळ	१३००	१५९७	१५१२	१५७५
गहू	९०७	८६७	७५४	१२५३
ज्वारी	६२८४	६३००	५०९४	४१४८
बाजरी	१६३५	१९४०	१८००	१२८३
इतर तृणधान्ये	४८०	४३२	६६४	८९०
सर्व तृणधान्ये	१०६०६	११,१३६	९८२४	९१४९
तूर	५३०	१००४	१०९६	११५९
हरभरा	४०२	६६८	६७६	१३५३
मूग	००	००	७१४	६६१
उडीद	००	००	५७४	५६४
इतर कडधान्ये	१४१७	१५८५	४९७	३२०
सर्व कडधान्ये	२३४९	३२५७	३५५७	४०५७
सर्व अन्नधान्ये	१२९९५	१४३९३	१३३८२	१३२०६
भुईमूग	१०८३	८६४	४७०	४७२
सोयाबीन	००	२०१	११४२	२६६४
सूर्यफूल	३३१	६३४	२९६	२३१
इतर तेलबिया	४५४	११२७	६३१	५२५
सर्व तेलबिया	१८६८	२८२६	२५५९	३८२४
ऊस	१५५	४४२	५९५	१०९३
कापूस	२५००	२७२१	३०७७	३१९५
तंबाखू	२५	०८	०८	०६

(स्रोत : कृषी आयुक्तालय)

वरील तक्त्यावरून स्पष्ट होते की, एकूण तृणधान्याचे क्षेत्रफळ १९६०-६१ पासून २००७-०८ पर्यंत कमी झालेले आहे. परंतु तांदूळ व गव्हाच्या क्षेत्रफळात वाढ झाली आहे. त्याचप्रमाणे एकूण कडधान्यांचे क्षेत्रफळ वाढलेले आहे. १९६०-६१ मध्ये २३४९ हजार हेक्टर वरून ४०५७ हजार हेक्टरपर्यंत हे क्षेत्र वाढलेले आहे. एकूण अन्नधान्यांचे क्षेत्र कमी झालेले दिसत आहे.

महाराष्ट्रात सन १९६०-६१ ते २००७-०८ पर्यंत एकूण तेलबिया क्षेत्र वाढलेले आहे. अनुक्रमे १८६८ वरून ३८२४ हजार हेक्टर म्हणजे ४८.८४% वाढ झाली आहे. ऊस या नगदी पिकाच्या क्षेत्रात ५% वाढ झाली आहे. त्याचप्रमाणे तंबाखू या पिकाचे क्षेत्र घटलेले आहे.

एकंदरीत विचार करता अन्नधान्याचे क्षेत्र घटत चाललेले आहे. म्हणजे अन्नधान्याची टंचाई भासणार आहे. तसेच शेतकरी परंपरागत शेती सोडून नगदी पिकांची शेती करीत आहे. याचा अर्थ आधुनिक शेतीचा पुरस्कार महाराष्ट्रात केला जात आहे.

२.८ शेतीचे उत्पादन व उत्पादकता

महाराष्ट्रातील पीकपद्धतीचा विचार केल्यानंतर राज्यात घेतल्या जाणाऱ्या पिकांचे उत्पादन तसेच एकूण शेती उत्पादनात गेल्या ५० वर्षांत झालेली वाढ याचा विचार महत्त्वाचा ठरतो. त्याचप्रमाणे गेल्या ५० वर्षांत शेतीची उत्पादकता कशी आहे याचा अभ्यास तक्ता क्र. २.५ मध्ये दाखविलेला आहे.

तक्ता क्र. २.५

शेतीचे उत्पादन व दरहेक्टरी उत्पादकता

पीक	उत्पादन हजार टन				उत्पादकता दर हेक्टर कि.ग्रॅ.			
	१९६०-६१	१९९०-९१	२०००-०१	२००७-०८	१९६०-६१	१९९०-९१	२०००-०१	२००७-०८
तांदूळ	१३६९	२३४४	१९३०	२९९६	१०५४	१४६७	१२७७	१९०२
गहू	४०१	९०९	९४८	२३७१	४४२	१०४९	१२५६	१८९२
ज्वारी	४२२४	५९२९	३९८८	४००३	६७२	९४१	७८३	९६५
बाजरी	४८९	११९५	१०८७	११२७	२९९	५७५	६०४	८७८
एकूण तृणधान्ये	६७५५	१०७४०	८४९७	१२४६०	६३७	९६४	८६५	१३६२
तूर	४६८	४१९	६६०	१०७६	८८३	४१७	६०२	९२८
हरभरा	१३४	३५५	३५१	१११६	३३४	५३२	५१९	८२४

पीक	उत्पादन हजार टन				उत्पादकता दर हेक्टर कि.ग्रॅ.			
	१९६०-६१	१९९०-९१	२०००-०१	२००७-०८	१९६०-६१	१९९०-९१	२०००-०१	२००७-०८
मूग	००	००	२९४	३६७	००	००	३४१	५५५
उडीद	००	००	२०५	३२०	००	००	३५७	५६७
एकूण कडधान्ये	९८९	१४४१	१६३७	३०२४	४२१	४४२	४६०	७४५
एकूण अन्नधान्ये	७७४४	१२१८१	१०१३३	१५४८४	५९८	८४६	७५७	११७२
भुईमूग	८००	९७९	४७०	४७२	७३९	११३२	१०८९	११६८
सूर्यफूल	००	२५८	१२२	१५४	००	४०८	४१२	६६७
एकूण तेलबिया	००	१८८२	२५५९	४८७४	००	१८८२	२९२२	४८७४
ऊस	१०४०४	३८१५४	४९५६९	८८४३७	६६९२४	८६४००	८३२६७	८०९१२
कापूस	१६७३	१८७५	३०६४	७०१५	११४	११७	१००	२१९
तंबाखू	१२	०८	०९	०७	४८०	१०३९	११४८	१४३०

(स्रोत : कृषी आयुक्तालय)

वरील तक्त्यावरून स्पष्ट होते की, महाराष्ट्रात एकूण कडधान्याच्या उत्पादनात वाढ झाली आहे. तसेच गेल्या ५० वर्षांत कडधान्यांची दर हेक्टरी उत्पादकता वाढलेली आहे. त्याचप्रमाणे एकूण कडधान्याचे उत्पादन वाढून दर हेक्टरी उत्पादन वाढलेले आहे. सन १९६०-६१ ते २००७-०८ पर्यंत एकूण तेलबियांचे उत्पादन वाढून दर हेक्टरी उत्पादन वाढलेले आहे. परंतु महाराष्ट्रात उसाचे उत्पादन वाढलेले असून दर हेक्टरी उत्पादकता सन २००७-०८ मध्ये घटलेली आहे. कारण २०००-०१ मध्ये ८३२०७ हजार कि.ग्रॅ. वरून ८०९१२ कि.ग्रॅम दर हेक्टरी उत्पादकता कमी झाली आहे.

वरील तक्त्यावरून असा निष्कर्ष काढला जातो की, महाराष्ट्र राज्यात अन्नधान्य, कडधान्य, तृणधान्य पिकांच्या उत्पादनात आणि उत्पादकतेत सतत चढउतार दिसतात. अन्नधान्याच्या उत्पादनात प्रत्येक वर्षी चढउतार हे राज्याच्या शेतीचे अंगभूत वैशिष्ट्य ठरते. राज्यातील ८०% शेती कोरडवाहू असून ती मोसमी पावसावर अवलंबून आहे. त्यामुळे पर्जन्यमानाच्या परिस्थितीनुसार राज्यातील अन्नधान्याच्या उत्पादनात चढ-उतार होतात. ज्यावर्षी पावसाचे प्रमाण कमी असते त्या वर्षी अन्नधान्याचे उत्पादन

घटते. याउलट चांगला पाऊस झाल्यास अन्नधान्याच्या उत्पादनात वाढ होते.

राज्यातील नगदी पिकांचे उत्पादन व उत्पादकतेचा विचार केल्यास ऊस पीक अपवाद वगळता कापसाच्या उत्पादनात चढ-उतार दिसून येतात. परंतु उत्पादकता घटलेली दिसते. त्याचप्रमाणे तंबाखू पिकाच्या बाबत उत्पादनात घट झालेली दिसते आणि उत्पादकता वाढलेली दिसते.

२.९ राज्यातील शेतीची उत्पादकता

महाराष्ट्रातील ऊस पीक वगळता अन्य सर्व पिकांचे दर हेक्टरी उत्पादन देशाच्या सरासरीपेक्षा कमी आहे. गहू, तांदूळ, कापूस, भुईमूग या सारख्या महत्त्वाच्या पिकांच्या दरहेक्टरी उत्पादनाच्या संदर्भात महाराष्ट्राची पंजाब, हरियाना, गुजरात या सारख्या प्रमुख राज्यांशी तुलना करता राज्याची शेती उत्पादकता अगदीच अल्प असल्याचे जाणवते. ऊस हे महाराष्ट्राचे प्रमुख नगदी पीक असून साखरेच्या उत्पादनात महाराष्ट्र हे देशातील आघाडीचे राज्य असून तमिळनाडू व गुजरात या राज्यांचे उसाचे दर हेक्टरी उत्पादन महाराष्ट्रापेक्षा अधिक आहे. शिवाय राज्यातील प्रमुख पिकांच्या दर हेक्टरी उत्पादनात सतत चढ-उतार होताना दिसतात. त्यांच्या कारणांचा विचार महत्त्वाचा आहे.

राज्याच्या प्रमुख पिकांच्या उत्पादकतेचा विचार तक्ता क्र. २.५ मध्ये दिलेला आहे. त्या तक्त्यावरून स्पष्ट होते की गेल्या ५० वर्षांत तांदूळ पिकाची उत्पादकता सन २०००-०१ मध्ये कमी झालेली दिसते. त्याचप्रमाणे हरभरा या पिकाची दर हेक्टरी उत्पादकता २०००-०१ मध्ये कमी झालेली दिसते. एकंदरीत विचार करता महाराष्ट्रातील प्रमुख पिकांच्या दर हेक्टरी उत्पादकतेत सतत चढ-उतार दिसून येतात. त्या कारणांचा विचार महत्त्वाचा आहे.

२.९ अ) शेतीच्या अल्प उत्पादकतेची कारणे -

१) पावसावरील अवलंबित्व जास्त
२) जमिनीचे लहान आकारमान
३) शेती व्यवसायातील गर्दी
४) जलसिंचनाचा अभाव
५) कोरडवाहू शेतीच्या विकास तंत्राचा अभाव
६) जमिनीची प्रत
७) भांडवलाचा अभाव
८) शेतकऱ्यांचे अज्ञान, अंधश्रद्धा, रूढी, परंपरा यांचा पगडा.
९) लागवडीची जुनाट पद्धत

१०) शेतमालाच्या विपणनात दोष

११) पूरक व्यवसायांचा अभाव

१२) सरकारी धोरणांची प्रतिकूलता

या कारणांमुळे दर हेक्टरी उत्पादनात सतत चढ-उतार होत आहे. हा चढ-उतार कमी करण्यासाठी शेतकऱ्यांना आवश्यक असणाऱ्या मूलभूत सुविधा उपलब्ध करून देऊन उत्पादकता वाढविता येईल. त्याचप्रमाणे शेतकऱ्यांना शेतीत नवनवीन तंत्रज्ञान, सुधारित बी-बियाणे, विपणन व्यवस्था, भांडवलाचा मुबलक पुरवठा अशा मूलभूत सेवा व सुविधा उपलब्ध करून दिल्यास दर हेक्टरी उत्पादकता वाढेल. त्यामुळे भविष्यात अन्नधान्याचे उत्पादन वाढून टंचाई दूर होईल.

२.१० महाराष्ट्राची अन्नधान्य उत्पादनातील प्रगती

महाराष्ट्रात कोरडवाहू शेती, अन्नधान्याची टंचाई, शेतीची कमी उत्पादकता, लागवडीखालील एकूण उत्पादकता या घटकात गेल्या ५० वर्षांत वाढ झाली आहे; परंतु हरितक्रांतीमध्ये महाराष्ट्राला अपेक्षित यश प्राप्त झाले नाही. शिवाय हरितक्रांतीची बीजे महाराष्ट्रात रोवली गेली नाहीत. कारण अन्नधान्य पिकांच्या बाबत महाराष्ट्र तुटीचा राहिलेला आहे. त्यामुळे अन्नधान्य परराज्यातून आयात करावे लागत आहे.

महाराष्ट्रात सन १९६०-६१ पासून शेतीत नवे नवे तंत्रज्ञान वापरून प्रगतिशील शेती करण्याचा प्रयत्न केला जात आहे. १९९० नंतरच्या दशकात महाराष्ट्राच्या शेतीत क्रांतिकारक बदल होऊन शेती उत्पादनात वाढ झाली आहे. परंतु लोकसंख्या वाढीमुळे ही वाढ कमी दिसून येते. महाराष्ट्रात गेल्या ५० वर्षांत अन्नधान्य उत्पादनाकरिता नवे बी-बियाणे, खतांचा वापर मोठ्या प्रमाणात होत आहे. त्यामुळे उत्पादनात प्रगती झालेली दिसते ती पुढीलप्रमाणे-

तक्ता क्र. २.६
राज्यातील अन्नधान्य उत्पादन (लाख मे. टन)

वर्ष	उत्पादन
१९६०-६१	६१
१९७०-७१	५४
१९८०-८१	९७
१९९०-९१	११९
२०००-०१	११७
२००६-०७	१२२

या तक्त्यावरून स्पष्ट होते की, महाराष्ट्रात सन १९६०-६१ पासून ते २००६-०७ पर्यंत अनुक्रमे ६१ लाख मे. टनावरून १२२ लाख मेट्रीक टनापर्यंत अन्नधान्याचे उत्पादन वाढलेले आहे. म्हणजे दुपटीने अन्नधान्याच्या उत्पादनात वाढ झाली आहे.

२.११ सुधारित बियांचे वितरण

महाराष्ट्रात शेती उत्पादनात वाढ होण्याचे मुख्य घटक म्हणजे शेतकऱ्यांना सुधारित बी-बियाणे वितरित करण्यात आले. शेतकऱ्यांना संकरित व प्रमाणिकरणयुक्त बियांचे वाटप करण्यात आले आहे. सदर बियाणे वितरणात खाजगी व सार्वजनिक क्षेत्र महत्त्वाची भूमिका बजावत आहेत. महाराष्ट्रात खरीप व रब्बी पिकांचे बियाणे वितरण केल्यामुळे उत्पादनात वाढ झाली आहे. खालील तक्त्यावरून बियाणे वितरण स्पष्ट होत आहे.

तक्ता क्र. २.७
महाराष्ट्रातील बियाणे वितरण (हजार क्विंटल)

क्षेत्र	पिके	२००३	२००५	२००७	बदल
सार्वजनिक	खरीप	५०७	५६०	६२२	-४.९
	रब्बी	२११	२२२	३२६	३०.९
	एकूण	७१८	७८२	९४८	५.०
खाजगी	खरीप	५०४	७०८	४६०	(-) १०.२
	रब्बी	९५	२५७	२५०	(-) १६.९
	एकूण	५९९	९६५	७१०	(-) १२.७
एकूण		१३१७	१७४७	१६५८	(-) ३४

या तक्त्यावरून स्पष्ट होते की, राज्यात खरीप व रब्बी पिकांच्या सुधारित बियाणांचे वितरण मोठ्या प्रमाणात केले असून, वितरणात प्रगती दिसून येत आहे.

२.१२ महाराष्ट्रातील फळफळावळ

मानवाचे आरोग्य समतोल राहण्याकरिता आहारात दररोज फळांचा वापर उपयुक्त असतो. वाढत्या लोकसंख्येला अन्नाच्या पुरवठ्याऐवजी फळांचा पुरवठा झाल्यास मानवी आयुष्यमान वाढण्यास मदत होईल. त्याचप्रमाणे फळफळावळाची लागवड व निगा शास्त्रोक्त पद्धतीने केल्यास बागायत पिकापेक्षा अधिक फायदा

होईल. त्याचप्रमाणे आहारात महत्त्व वाढेल. शिवाय औषधी म्हणून फळांचा वापर होईल आणि आर्थिकदृष्ट्या कमी पाण्यात जास्त उत्पन्न प्राप्त होईल. म्हणून महाराष्ट्रात मोठ्या प्रमाणात फलोद्यान कार्यक्रम राबविला जात आहे. त्यामुळे खडकाळ, माळरान व पडीक जमीन लागवडीखाली आणली जात आहे. शिवाय फलोद्यान क्षेत्र वाढवावे म्हणून महाराष्ट्र शासनामार्फत विविध पिकांना मोठ्या प्रमाणात अनुदान दिले जात आहे. म्हणून १९९१ नंतर फळफळावळ पिकांच्या उत्पादन क्षेत्रात वाढ होत आहे. महाराष्ट्रात विविध जिल्ह्यांत पुढील फळांची लागवड केली जात आहे.

तक्ता क्र. २.८

	फळझाड	**महाराष्ट्रातील फलोत्पादन जिल्हे**
१)	केळी	जळगाव, ठाणे, परभणी, धुळे, औरंगाबाद
२)	संत्रे	नागपूर, अमरावती, वर्धा, अकोला
३)	आंबा	रत्नागिरी, सिंधुदुर्ग, नांदेड, अहमदनगर, रायगड
४)	काजू	सिंधुदुर्ग, रत्नागिरी, कोल्हापूर, रायगड, ठाणे
५)	मोसंबी	जालना, औरंगाबाद, नांदेड, जळगाव, अहमदनगर
६)	पेरू	नाशिक, अहमदनगर, पुणे, धुळे, जळगाव
७)	द्राक्षे	नाशिक, सांगली, सोलापूर, पुणे, अहमदनगर
८)	लिंबू	सोलापूर, अहमदनगर, जळगाव, अकोला, पुणे
९)	सीताफळ	पुणे, अहमदनगर, बीड, औरंगाबाद, कोल्हापूर
१०)	डाळिंब	नाशिक, सोलापूर, अहमदनगर, सांगली, पुणे
११)	बोर	सोलापूर, अहमदनगर, धुळे, नंदुरबार, सांगली, उस्मानाबाद
१२)	नारळ	सिंधुदुर्ग, रत्नागिरी, रायगड, ठाणे, सोलापूर
१३)	चिंच	अहमदनगर, उस्मानाबाद, सातारा, औरंगाबाद, लातूर
१४)	चिक्कू	ठाणे, अहमदनगर, पुणे, औरंगाबाद, सोलापूर
१५)	अंजीर	पुणे, औरंगाबाद, अहमदनगर
१६)	पपई	जळगाव, नाशिक, धुळे, नांदेड

महाराष्ट्रामध्ये फळफळावळाचे एकूण क्षेत्रफळ ५९३९ हजार हेक्टर आहे. सन २००२-०३ च्या आकडेवारीनुसार महाराष्ट्रात फळफळावळाचे क्षेत्र व उत्पादन पुढील तक्त्यावरून स्पष्ट होते.

तक्ता क्र. २.९ (२००२-०३)
महाराष्ट्रातील फळफळावळ उत्पादन व क्षेत्र

फळझाडे	क्षेत्र (हजार)	उत्पादन (लाख टन)
नारळ	१८	२०५६
केळी	५७	३६०८
द्राक्षे	३५	९८९
संत्री	९८	८८१
आंबा	१८२	६१६
बोर	३६	५३६
डाळिंब	५१	५०९
चिक्कू	२१	२०५
पेरू	१७	२०३
काजू	९०	१३४
लिंबू	१३	१२२
मोसंबी	३७	५५४
सीताफळ	१६	४८
इतर फळे	२४	१३१

या तक्त्यावरून महाराष्ट्रात आंबा पिकाचे क्षेत्रफळ सर्वाधिक असल्याचे दिसून येते. सर्वात जास्त आंबा उत्पादन रत्नागिरी जिल्ह्यात होत आहे. आंबा पिकानंतर केळी या फळाचा क्रमांक उत्पादनाबाबत व पिकाखालील क्षेत्रफळात लागतो. केळी पिकाचे सर्वाधिक क्षेत्र जळगाव जिल्ह्यात दिसून येते. तिसरा क्रमांक संत्री या फळाचा लागतो. संत्र्याचे एकूण क्षेत्र ९८ हजार हेक्टर असून ८८१ लाख टन उत्पादन होत आहे. सर्वाधिक संत्री अमरावती जिल्ह्यात पिकतात. महाराष्ट्रात सर्वात कमी क्षेत्र लिंबू या फळपिकासाठी असून उत्पादनात सीताफळ हे पीक सर्वात खालच्या क्रमांकात येते. लिंबू पिकविणारा जिल्हा म्हणून सोलापूरचा उल्लेख केला जातो. सर्वाधिक सीताफळ पुणे जिल्ह्यात दिसून येते.

२.१३ महाराष्ट्रातील फळबागांची प्रगती

महाराष्ट्र शासनाच्या कृषी विभागाची फळबाग योजना महत्त्वाकांक्षी असून या योजनेंतर्गत फळबाग पिकांतर्गत क्षेत्रात वाढ झाली आहे. तक्ता क्र. २.९ मध्ये विविध वर्षातील फळबागांचे क्षेत्रफळ व उत्पादन दर्शविले आहे. परंतु तक्ता क्र. २.१० मध्ये सन १९६०-६१ पासून ते १९९०-९१ पर्यंतचे फळबाग योजनेंतर्गत फळबागांच्या क्षेत्रफळात झालेली प्रगती दर्शविलेली आहे.

तक्ता क्र. २.१०
फळबाग क्षेत्रात झालेली प्रगती (हेक्टर)

फळबाग	१९६०-६१	१९७०-७१	१९९०-९१
द्राक्षे	१	२	२०
केळी	२३	३७	७२
आंबा	१२	११	३६
मोसंबी	१२	०८	०७
संत्रा	०६	१७	४६
लिंबू	०१	०२	०६
पेरू	०४	०५	०६
चिक्कू	०१	०१	०३
काजू	०४	११	२७
इतर फळे	०६	०२	२१
एकूण	६९	९६	२२४

या तक्त्यावरून स्पष्ट होते की महाराष्ट्रात फळबाग योजनेंतर्गत फळबागांचे १९६०-६१ मध्ये ६९ हजार हेक्टर क्षेत्र होते. यामध्ये १९९०-९१ मध्ये २२४ हजार हेक्टर क्षेत्रफळ लागवडीखाली आले आहे. म्हणजे ३५% फळबाग क्षेत्र वाढलेले आहे.

■

प्रकरण ३

कृषिवित्त पुरवठा

३.१ प्रस्तावना

शेतीचे पुनर्वसन करण्यासाठी व शेती व्यवसाय प्रगतिशील करण्यासाठी व स्वाभिमानी शेतकरी तयार करण्यासाठी शेतीला आवश्यक तेवढा कर्जपुरवठा केला जाणे आवश्यक आहे. शेतकऱ्यांना जमिनी मिळवून दिल्या तरी बहुतेक शेतजमिनी भांडवलाअभावी पडीक आहेत. बरेच शेतकरी गरीब व गरजू असल्यामुळे पुरेशा प्रमाणात कर्ज उपलब्ध झाल्यास शेतकऱ्यांची आर्थिक स्थिती सुधारण्यास मदत होईल.

३.२ कर्जाचे प्रकार

अ) मुदतीनुसार कर्जप्रकार :

१) अल्पमुदतीचे कर्ज : अल्पमुदतीच्या कर्जाची मुदत १५ महिन्यांची असून, ते पीक कर्ज असते. शेतीत हंगामासाठी बी-बियाणे, खते, मशागत, शेतमजूर यांचा खर्च भागविण्याकरिता अल्पमुदतीची कर्जे घेतली जातात. या कर्जाला पीक कर्ज म्हणतात. पिकांचा हंगाम संपल्यानंतर या कर्जाची परतफेड करावी लागते. सदर कर्ज हे पीक प्रकारानुसार असते. पीकनिहाय कर्जाची रक्कम व परतफेड कालावधी असतो.

२) मध्यम मुदतीची कर्जे : मध्यम मुदतीचे कर्ज १५ महिने ते ५ वर्षे मुदतीची असतात. शेतीसंबंधी अवजारे, बैलजोडी, विहीर, पंपसेट, ठिबक सिंचन तंत्र, सपाटीकरण, पाईपलाईन या कारणाकरिता मध्यम मुदतीची कर्जे दिली जातात. या कर्जाची परतफेड वार्षिक हप्त्यांनी करावी लागते.

३) दीर्घ मुदतीचे कर्ज : पाच वर्षांपेक्षा जास्त कालावधीची कर्जे ही दीर्घ

मुदतीची असतात. शेतीत कायमस्वरूपी सुधारणा करण्याकरिता मोठ्या रकमेची कर्जे घेतली जातात. शेतीत यांत्रिकीकरणासाठी विहीर खोदणे, जमिनीचे सपाटीकरण, जादा जमीन खरेदी करणे इत्यादी कारणांकरिता दीर्घ मुदतीची कर्जे घेतली जातात.

अशाप्रकारे तीन प्रकाराची कर्जे शेतीसाठी घेतली जातात.

ब) उद्देशानुसार कर्ज प्रकार

१) उत्पादक कर्ज : शेतकऱ्यांनी घेतलेले कर्ज फक्त उत्पादक कार्यासाठी वापरले असेल तर अशा कर्जास उत्पादक कर्ज असे म्हणतात. या कर्जाचा वापर उपयोग हंगामामध्ये मजुरी देणे, बी-बियाणे खरेदी, शेती अवजारे, पशुधन पालन, शेतीत यांत्रिकीकरण या कारणांसाठी करतात.

२) अनुत्पादक कर्ज : शेतकऱ्यांनी उदरनिर्वाहासाठी व इतर अनुत्पादक कारणाकरिता वापरलेल्या कर्जास अनुत्पादक कर्जे म्हणतात. उदा. विवाहखर्च, वृद्धापकाळ खर्च, कोर्टकचऱ्या खर्च, बारसे, देवपूजा खर्च.

क) तारणानुसार कर्जप्रकार

१) तारण कर्ज : ज्या कर्जाला विशिष्ट प्रकारचे तारण द्यावे लागते, त्यास तारण कर्ज म्हणतात. तारणकर्ज शेतकरी उत्पादक/अनुत्पादक कारणांसाठी वापरतात तसेच अल्प, मध्यम व दीर्घकालीन कर्ज असते.

२) तारणविरहित कर्ज : जे कर्ज घेताना शेतकरी तारण देत नाही त्यास विनातारण कर्ज म्हणतात.

ड) संस्थात्मक व व्यक्तिगत कर्जप्रकार

महाराष्ट्रामध्ये वरील कर्जाचा प्रकार हा वापरानुसार आणि स्वरूपानुसार असला तरी प्रत्यंक्षात शेतकऱ्यांना कर्जपुरवठा दोन स्त्रोताद्वारे होत असतो.

१) व्यक्तिगत कर्जप्रकार : जेव्हा शेतकऱ्यांना व्यक्तिगत पातळीवर कर्जपुरवठा होतो तेव्हा त्यास व्यक्तिगत कर्ज म्हणतात. यामध्ये सावकार, एतद्देशीय, बँक, व्यावसायिक निधी, चिटफंड, नातलग, घाऊक-किरकोळ व्यापारी, दलाल, कमिशन एजंट यांचा समावेश होतो.

१) सावकार : ग्रामीण भागात धंदेवाईक, सावकार आणि शेतकरी सावकार असे दोन प्रकारचे सावकार आहेत. सावकाराकडून होणाऱ्या कर्जाचा पुरवठा कमी होत असला तरी एकूण शेती कर्जपुरवठ्यात सावकारी कर्जाचे प्राबल्य दिसून येते. कारण ग्रामीण भागात व्यापारी व राष्ट्रीयीकृत बँकांच्या शाखांचा अभाव,

किचकट बँक कर्ज प्रणालीशिवाय सावकारी कर्ज उत्पादक, अनुत्पादक वेळेत, विनातारण यामुळे सावकारी कर्जाचे महत्त्व महाराष्ट्रात आज दिसून येत आहे.

२) व्यापारी : व्यापारी वर्ग शेतकऱ्यांना उत्पादित मालाची विक्री व्यापाऱ्याकडे करण्याच्या बोलीवर कर्ज देतात. मालाची काढणी झाल्यानंतर सदर शेतमाल व्यापाऱ्यांना विकावाच लागतो.

३) नातेवाईक व मित्रमंडळी : जवळचे मित्र व नातेवाईक हातउसने स्वरूपाचे कर्ज देतात, अशी कर्जे विनाव्याज, विनातारण, विश्वास या स्वरूपाची असतात.

४) जमीनदार : जमीनदार हा जमीन कसण्यासाठी कुळांना विविध प्रकारची कर्जे देतात. १९६०-६१ मध्ये अशा कर्जांचे १४.५% प्रमाण होते. १९७०-७१ मध्ये हे प्रमाण ४ ते ५% येऊन २०००-०१ मध्ये याचे प्रमाण नगण्य राहिलेले आहे.

ब) संस्थात्मक कर्जपुरवठा

अनुसूचित व्यापारी बँकांमध्ये सार्वजनिक बँका, खाजगी क्षेत्रातील बँका, परदेशी बँका व विभागीय किंवा प्रादेशिक या बँकांचा समावेश होतो. ३१ अनुसूचित बँकांपैकी महाराष्ट्रात ३० अनुसूचित बँका कार्यरत असून प्रमाण ९६.७७% आहे.

महाराष्ट्रात व्यापारी बँका, नाबार्ड आणि प्राथमिक सहकारी पतसंस्थांनी शेतीला कर्जपुरवठा केला आहे, हे पुढील तक्त्यावरून स्पष्ट होते.

तक्ता क्र. ३.१ (कोटी. रु.)

बँका	**१९८८-८९**	**१९९८-९९**	**२००४-०५**
व्यापारी	२७५	८९५	२४६९
नाबार्ड	२८९	३५७	४५८
पुनर्वित प्राथमिक सहकारी पतसंस्था	७५०	२२३६	२१,०४७

महाराष्ट्रात सन १९८८-८९ नंतर शेती कर्जपुरवठ्यात मोठ्या प्रमाणात वाढ झालेली दिसून येते.

महाराष्ट्रातील सहकारी संस्थांनी शेती प्रगतिसाठी वित्त साह्य मोठ्या प्रमाणात केलेले दिसून येते. त्यामुळे महाराष्ट्राची शेती प्रगतीपथावर दिसून येते. महाराष्ट्राच्या शेतीला केलेला कर्जपुरवठा पुढील तक्त्यावरून स्पष्ट होतो.

तक्ता क्र. ३.२

शेतीच्या कर्जपुरवठ्यातील प्रगती (कोटी रु.)

संस्था	**१९६१**	**१९८१**	**१९९१**	**२००१**
१) शेती सहकारी पत सोसायट्या	२४४३८	१८६०५	१९५९७	२०५८५
२) जिल्हा मध्यवर्ती सहकारी बँका	----	२७८७०	११९११६	२०२०८३०
३) राज्य सहकारी बँका		१२५१०४	२१३०१६	८४६६४९

(स्रोत महाराष्ट्र - २००१-२००७-२००८)

या तक्त्यावरून स्पष्ट होते की, महाराष्ट्रात सहकारी संस्थांच्या माध्यमाद्वारे कर्जपुरवठा मोठ्या प्रमाणात झाला आहे. त्यामुळे महाराष्ट्राच्या शेतीची प्रगती झाली आहे. त्यामुळे शेतीत यांत्रिकीकरणाबरोबर तंत्रवैज्ञानिकतेचा वापर होत आहे.

महाराष्ट्रात प्राथमिक कृषी पतपुरवठा सहकारी संस्था शेतीशी संलग्न असल्यामुळे मोठ्या प्रमाणात कर्जपुरवठा केला आहे. सन २००२-०३ या वर्षात वहितीधारकांच्या संख्येनुसार केलेला कर्जपुरवठा पुढील तक्ता क्र. ३.३ वरून स्पष्ट होतो.

तक्ता क्र. ३.३

वहितीधारक वर्गनिहाय प्राथमिक सहकारी कृषी पतपुरवठा संस्थांनी केलेला कर्जपुरवठा (भूविकास बँका वगळून)

वहिती आकारमान (हेक्टर)	**सभासद लाखात**	**कर्जदार सभासद लाखात**	**प्रति सभासद कर्जपुरवठा रु.**
१ हेक्टरपर्यंत	२४.९०	१०.०३	७०६०
१-२ हेक्टर	२६.०९	९.११	८८४०
२-४ हेक्टर	१८.८४	७.५६	११६७८
४ ते ८ हेक्टर	११.६७	६.२०	१३५७२
८ पेक्षा जास्त	६.२१	३.८३	२१६६७
इतर	१६.४४	०.३७	२२७८
एकूण	**१०४.१५**	**३७.१०**	**१०.९८७**

(स्रोत - महाराष्ट्राची आर्थिक पाहणी २००३-०४)

या तक्त्यावरून असे स्पष्ट होते की, एकूण कर्जपुरवठ्यापैकी ६५% कर्जपुरवठा अल्पभूधारक शेतकऱ्यांना केलेला दिसून येतो. शिवाय अल्पभूधारकांची संख्या सर्वाधिक आहे. म्हणजे सहकारी प्राथमिक कृषी पतसंस्था आपल्या ध्येय व उद्दिष्टानुसार कार्य करीत आहेत, हे स्पष्ट होते.

३.३ अग्रणी बँक योजना

महाराष्ट्रातील बहुतांश शेतकऱ्यांची आर्थिक परिस्थिती बिकट आहे हे ओळखून राज्य शासनाने राज्यातील सहकारी बँकांच्या मार्फत भरीव स्वरूपाची कामगिरी पार पाडली आहे. या कार्यक्रमात राज्यातील भूविकास बँक व मध्यवर्ती सहकारी बँक यांनी उल्लेखनीय कामगिरी केलेली आहे. भूविकास बँकेतर्फे दीर्घकालीन उत्पादक प्रत्ययांचा (पत पुरवठा) पुरवठा केला जातो. सहकारी बँकांबरोबरच राष्ट्रीयीकृत बँकांमार्फत देखील महाराष्ट्रातील शेतकऱ्यांना पतपुरवठा केला जात आहे. प्रत्येक जिल्ह्यासाठी राष्ट्रीयीकृत बँकांपैकी एक बँक अग्रेसर बँक म्हणून निर्धारित करण्यात आली आहे. या बँकांनी ग्रामीण भागात शाखा उघडल्या असून कृषी पतपुरवठा कार्यात समाधानकारक प्रगती केली आहे.

नॅशनल क्रेडिट कौन्सिलच्या व नरीमन कमिटीच्या अहवालानुसार रिझर्व्ह बँकेने अग्रणी बँक योजना सन १९६९ साली सुरू केली. अग्रणी बँक योजना म्हणजे बँकेच्या व वित्तपुरवठ्याच्या विकासामध्ये प्रादेशिक विचार होय. शेतीसाठी कर्ज देताना प्रादेशिक विकासाची भूमिका लक्षात घेऊन अग्रणी बँक योजना सुरू करण्यात आली व योजनेनुसार देशातील प्रत्येक जिल्ह्याला एक अग्रणी बँक देण्यात आली.

पहिल्या टप्प्यामध्ये या योजनेचे उद्दिष्ट म्हणजे बँक सेवेची गरज असणारे प्रदेश शोधून काढणे व तेथे बँकेच्या शाखा उघडणे होय. योजनेच्या दुसऱ्या टप्प्यामध्ये जिल्हावार कर्ज योजना तयार करणे व प्रदेशाच्या विकासाच्या दृष्टीने जरूर त्या बँक विकासाच्या योजना आखणे हे होय.

अग्रणी बँक योजनेने देशात मोठ्या प्रमाणावर ठेवी गोळा करणे व समाजातील कमकुवत गटाच्या लोकांना कर्जपुरवठा करणे हे उद्दिष्ट साध्य करण्याच्या दृष्टीने महत्त्वाचे पाऊल उचलले आहे. अग्रणी बँकेची मुख्य जबाबदारी म्हणजे नेमून दिलेल्या जिल्ह्यामध्ये कर्जाच्या गरजांचे सर्वेक्षण करणे, बँकांच्या शाखा उघडणे व कर्जवाटप करणे. अग्रणी बँकांनी जिल्ह्यामध्ये पुढील कामे करावीत अशी अपेक्षा आहे. तेथील बँकांच्या विकासासाठी असणारा वाव व उपलब्ध साधनसामग्री यांचे सर्वेक्षण घेणे. बँकांबरोबर व्यवहार न करणाऱ्या व केवळ सावकारांवर अवलंबून राहणाऱ्या व्यापारी व उद्योगसंस्थांची व शेतकऱ्यांची पाहणी करणे. कर्ज देणे व विक्री

यांची सांगड घालण्याच्या दृष्टीने जिल्ह्यातील शेतमालाच्या व औद्योगिक वस्तूंच्या विक्री व्यवस्थेची आणि साठवणुकीची पाहणी करणे, खते व इतर शेतीच्या आदानाच्या साठवणुकीची व शेतीतील यंत्रसामग्रीच्या दुरुस्तीच्या सोयीचा अभ्यास करणे. लघु कर्जदार आणि शेतकरी यांना सल्लामसलत देण्यासाठी योग्य तो कर्मचारीवर्ग नेमणे व त्याच्या प्रशिक्षणाची तरतूद करणे; तसेच कर्ज दिल्यानंतरची कार्यवाही व कर्जाच्या उपयोगासंबंधी पाहणी यांचे शिक्षण देणे. खेडेगावामध्ये कर्ज देणाऱ्या इतर लहानसहान संस्थांना मदत करणे. सरकारी व निमसरकारी संस्थांशी कर्जवितरणाच्या बाबतीत संपर्क ठेवणे. ह्याचप्रमाणे अग्रणी बँकांनी स्वत:च्या कामात पुढाकार घेऊन ठेवी गोळा करण्याच्या कामात इतर बँकांचे सहकार्य मिळवावे व कर्जाची गरज असणारे ग्राहक शोधून काढून त्यांना प्रत्यक्ष कर्ज द्यावे अशी अपेक्षा आहे. देशातील बँक विकासास प्रादेशिक विकासाच्या दृष्टीने गती देणे व या मार्गाने सर्व देशातील गरजू लोकांच्या गरजा राष्ट्रीय अग्रहक्काने पूर्ण करणे ही कर्तव्ये अग्रणी बँकांनी पार पाडावयाची आहेत.

स्वाभाविकपणे, व्यापारी बँकांपुढील प्रमुख काम म्हणजे त्यांना दिलेल्या जिल्ह्यातील विकासाला आवश्यक अशा माहितीचे संकलन करणे व योग्य त्या विकास योजना तयार करणे. त्यासाठी व्यापारी बँकांनी आपल्या जिल्ह्यांचे प्रतिक्रियात्मक सर्वेक्षण विनाविलंब करावे व त्यात जिल्ह्यातील साधनसामग्रीचा व शक्य असलेल्या विकास योजनांचा अंदाज बांधण्यात यावा. महाराष्ट्रात अग्रणी बँक म्हणून महाराष्ट्र बँक सनियंत्रित आहे.

महाराष्ट्रातील जिल्ह्यांच्या अग्रणी बँका

अग्रणी बँक	जिल्हा
भारतीय स्टेट बँक	बीड, उस्मानाबाद, नांदेड, परभणी.
सेंट्रल बँक ऑफ इंडिया	अकोला, अमरावती, औरंगाबाद, बुलढाणा, धुळे, जळगाव, यवतमाळ, अहमदनगर.
बँक ऑफ इंडिया	भंडारा, चंद्रपूर, रायगड, रत्नागिरी, सांगली, सोलापूर, कोल्हापूर, नागपूर.
बँक ऑफ महाराष्ट्र	नाशिक, पुणे, सातारा, ठाणे

अग्रणी बँक योजनेनुसार वार्षिक पतपुरवठा आराखडा तयार केला जातो त्या आराखड्यानुसार प्रत्येक जिल्ह्याचा पीकनिहाय कर्जपुरवठा निश्चित केला जातो.

३.४ पीक कर्ज योजना

पीक कर्ज योजनेमध्ये शेतकऱ्यांना शेती उत्पादनासाठी पिकांच्या तारणावर कर्ज दिले जाते. हे कर्ज देत असताना शेतकऱ्यांकडून जमीन अथवा इतर कोणतेही तारण न घेता शेतात उभे असलेले पीक तारण घेतले जाते. पीक कर्ज योजनेद्वारे शेतकऱ्याला अल्प मुदतीच्या कर्जाचा उपयोग होतो. ही योजना सर्व प्रथम महाराष्ट्रामध्ये सुरू करण्यात आली. महाराष्ट्र राज्यानंतर इतर राज्यांत ही योजना हळूहळू सुरू झाली. ही योजना सुरू करण्यापाठीमागे गरीब शेतकऱ्यांना लागणाऱ्या कर्जाची उपलब्धता सहजासहजी व्हावी हा उद्देश होता. गरीब शेतकऱ्याला तारणाअभावी योग्य वेळेला आवश्यक तेवढे कर्ज प्राप्ती होण्यास अडथळे निर्माण होत. त्यामुळे असे शेतकरी प्रगती करू शकत नव्हते. श्रीमंत तसेच मोठ्या शेतकऱ्यांना कर्ज प्राप्ती मात्र सहजासहजी होत असे. या योजने अंतर्गत मिळणारे कर्ज हे केवळ त्या हंगामातील पिकापुरतेच मिळत असल्यामुळे ते अल्पमुदती स्वरूपाचे असते आणि ते जिल्हा मध्यवर्ती बँकेमार्फत दिले जाते.

पीक कर्ज योजनेची गोरवाला समितीने सांगितलेली वैशिष्ट्ये :

अ) पीक कर्ज योजना प्रकारामध्ये काढलेल्या कर्जाचा मूळ हेतू हा शेती उत्पादन घेणे व वाढविणे असल्यामुळे या कर्जाचा वापर शेतकऱ्यांना वैयक्तिक कारणासाठी करता येत नाही.

ब) या कर्ज योजनेअंतर्गत दिलेली कर्जे शेतजमीन अथवा कोणत्याही स्थावर तारणावर न देता ती शेतजमिनीवर उभ्या असलेल्या पिकांवर दिली जातात.

क) या प्रकारच्या योजनेअंतर्गत दिलेले कर्ज हे पीक उत्पादन करण्यासाठी किती खर्च अपेक्षित आहे, त्यानुसार कर्जाची रक्कम ठरविली जाते व ते कर्ज त्या शेतकऱ्याच्या नावे मंजूर करून त्यांना दिले जाते.

ड) या योजनेअंतर्गत मंजूर झालेल्या कर्जाच्या रकमेपैकी बराचसा भाग खते, बी-बियाणे, शेतीसाठी लागणारी अवजारे यांच्या स्वरूपात दिला जातो.

इ) या योजनेअंतर्गत शेतकऱ्यांना पुरविलेली कर्जे शेतात पीक आल्यावर त्याच्या किमतीमधून कर्जाची वसुली केली जाते.

३.४.१ पीक कर्ज देण्याची कार्यपद्धती :

ही कर्ज योजना अल्पमुदतीच्या कर्जासाठी असली तरी काही प्रमाणात मध्यम मुदतीची कर्जे देण्यात आली आहेत. कर्जाची रक्कम पुढीलप्रमाणे ठरविली जाते.

जर शेती परंपरागत पद्धतीने केली जात असेल तर एकूण पीक मूल्यांच्या किमती एवढी रक्कम पीक कर्ज म्हणून दिली जातात. अत्याधुनिक पद्धतीने शेती केली जात असेल तर नगदी रक्कम न देता तेवढ्या किमतीच्या वस्तू अथवा साधने दिली जातात.

या प्रकारचे कर्जवाटप हंगाम चालू होण्यापूर्वी त्या त्या जिल्ह्यातील मध्यवर्ती सहकारी बँक, जिल्ह्यातील पतपुरवठा संस्थांचे प्रतिनिधी, सहकार व शेतकी विस्तार अधिकारी यांची एक समिती स्थापन करण्यात येते. ही समिती पीक कर्जाची गरज व उपलब्धता यावर विचार-विनिमय करून विभिन्न पिकांसाठी कर्ज मर्यादा ठरविली जाते. गरजेपेक्षा बँकेची कर्ज वाटण्याची क्षमता कमी असेल तर परंपरागत शेतकी कामासाठी घ्यावयाची रक्कम निश्चित केली जाते. प्रत्येक पतसंस्थेसाठी या योजनेअंतर्गत घ्यावयाच्या कर्जाची मर्यादा वेगवेगळी ठरविली जाते. प्रत्येक पतसंस्था आपआपल्या व्यक्तिगत सदस्यांना घ्यावयाचे कर्ज मंजूर करते. व्यक्तिगत कर्ज मंजूर करताना संबंधित शेतकऱ्यांची गरज व कर्ज परत करण्याची क्षमता तसेच ज्या शेतकऱ्याला कर्ज द्यावयाचे त्याच्याकडे असणारी जुनी कर्जे इ. विचार केला जातो व नंतरच कर्ज मंजूर केले जाते. कर्जाची रक्कम पिकाच्या किमतीमधून वसूल करावयाची असल्यामुळे ज्या संस्थांमार्फत पिकांची विक्री केली जाणार आहे, तिच्याकडून परस्पर ते कापून घेण्याचे अधिकारपत्र त्या संबंधित शेतकऱ्याकडून कर्ज वाटपाच्या वेळी लिहून घेतले जाते. पीक कर्ज योजनांमार्फत मंजूर होणारी कर्जे योग्यरीत्या वाटप केली जात असतानाही या योजनेला तेवढे यश प्राप्त झाले नाही. ही योजना राबविताना सामान्यत: पुढील अडचणींना तोंड द्यावे लागले आहे.

अ) योग्य आधारभूत तत्त्वांचा अभाव : पीक कर्ज मंजूर करताना योग्य त्या आधारभूत तत्त्वांचा योग्य विचार केलेला दिसत नाही. कित्येक वेळी काही ठिकाणी आवश्यकतेपेक्षा जास्त कर्जाचे वाटप केले तर काही ठिकाणी ही योजना पोहचूसुद्धा शकली नाही. त्यामुळे या योजनेचा काहींना भरपूर फायदा घेता आला तर काहींना या योजनेपासून मिळणाऱ्या फायद्यापासून वंचित राहावे लागेल.

ब) पीक कर्ज योजनेचे मूळ उद्दिष्ट उपयोगात आणले नाही : पीक कर्ज योजनेचे महत्त्वाचे उद्दिष्ट हे अल्पभूधारकांना अल्पकाळासाठी शेतीतील पीक तारण घेऊन शेती उपयोगी वस्तूंचे वाटप करणे हे होते. प्रत्यक्षात मात्र शेती उपयोगी साधनांचा पुरवठा न होता, रोख रकमेचे कर्ज वाटपच मोठ्या प्रमाणावर होत गेले असल्यामुळे बहुतांशी कर्जाचा वापर शेतीसाठी न होता इतर ठिकाणी झाला. त्यामुळे कर्ज थकबाकीच्या प्रमाणात वाढ होत गेल्याचे दिसून येते.

क) पीक कर्ज योजनेमधील कर्ज तारण : इतर मौल्यवान वस्तू इतर किमतीऐवजी मागितले जातात. त्यामुळे या कर्ज योजनेचा मूळ हेतूच नष्ट होतो.

ड) कर्ज प्राप्तीमध्ये दिरंगाई : या योजनेअंतर्गत मंजूर झालेली कर्जे शेतकऱ्यांना वेळेवर प्राप्त होत नाहीत. त्यामुळे ज्या कारणासाठी कर्ज मागितले जाते, त्या कारणासाठी कर्जाचा वापर होत नाही. कर्ज प्राप्तीसाठी होणाऱ्या दिरंगाईमुळे शेतकऱ्यांना असंख्य अडचणींना तोंड द्यावे लागते.

इ) कर्ज परतफेडीच्या क्षमतेकडे दुर्लक्ष : कर्ज मंजूर करीत असताना कर्ज परतफेडीची क्षमता विचारात घेणे अत्यंत जरुरीचे असते. या योजनेअंतर्गत कर्ज मंजुरी करताना परतफेडीच्या क्षमतेवर फारसे लक्ष न दिल्यामुळे कर्जाची थकबाकी वाढल्याचे दिसून येते.

ई) अयोग्य व अपुरी प्रशासन यंत्रणा : कर्जाचा पुरवठा केल्यावर ती कर्जे योग्य कारणासाठी वापरली जातात की नाही ही पाहणारी परिणामकारक प्रशासकीय यंत्रणा अद्ययावत नसल्यामुळे पुष्कळदा कर्जाचा दुरूपयोग होतो. पीक कर्ज योजनेच्या आधारभूत तत्त्वाचे काटेकोरपणे पालन करण्यात आल्यास व ते योग्य ठिकाणी वापरले जात असल्याची खात्री करून घेणारी यंत्रणा राबविल्यास ही योजना अधिक परिणामकारक ठरू शकेल. त्यामुळे शेतकरी दिलेल्या कर्जाचा दुरूपयोग करणार नाहीत. कर्जाच्या थकबाकीचे प्रमाण कमी होईल व ही योजना यशस्वीरीत्या कर्ज वाटपाचे काम करू शकेल. शेतकऱ्यांना ती वरदानच ठरेल यात शंकाच नाही.

३.४.२ कर्ज थकबाकीची कारणे

शेतकऱ्यांचा कर्जबाजारीपणा ही संपूर्ण भारतातील एक ज्वलंत समस्या आहे. शेतकरी व कर्ज यांचा जवळ जवळ अविभाज्य संबंध आहे. भारतात जेव्हा जेव्हा शेतकऱ्यांच्या आर्थिक स्थितीची पाहणी करण्यात आली तेव्हा तेव्हा ही गोष्ट सिद्ध झालेली आहे. आधुनिक जगात बहुतेक उद्योग-व्यवसाय कर्ज काढून करण्याची प्रथा आहे. तसाच शेतीचा व्यवसायही कर्ज काढून करावयास काय हरकत आहे असा प्रश्न साहजिकच मनात येतो. भारताव्यतिरिक्त बऱ्याच देशांत तसे केलेही जाते. परंतु भारतात शेती हा व्यवसाय म्हणून केला जात नाही तर जगण्याचे एक साधन म्हणून त्याकडे पाहिले जाते. त्यामुळे उत्पादनवाढ करून त्यातून कर्जाची फेड करणे शेतकऱ्यास शक्य होत नाही. अर्थात काही प्रमाणात या परिस्थितीत अलीकडील काळात बदल होत चालला आहे.

शेतकऱ्याच्या कर्जबाजारीपणाची कारणे बहुविध स्वरूपाची आहेत. काही महत्त्वाच्या कारणांचे विवेचन थोडक्यात पुढे केले आहे.

१) शेतीवरील लोकसंख्येचा वाढता भार : प्रत्येक शिरगणतीत आपणास भारताची लोकसंख्या भूमितीश्रेणीने वाढत असल्याचे दिसून येते. ग्रामीण भागातील या वाढीव लोकसंख्येला शेती व्यवसाय हेच उपजीविकेचे प्रमुख साधन आहे. वाढत्या लोकसंख्येनुसार भारतात व्यवसायाची इतर क्षेत्रे त्या प्रमाणात वाढत आहेत. शेतीचे तुकडे त्यामुळे वाढतात. जरुरीपेक्षा जास्त मनुष्यबळ शेती धंद्यात राहाते आणि त्या मानाने उत्पन्नात वाढ होत नाही. साहजिकच शेतकऱ्याला गरजा भागविण्यासाठी कर्जबाजारी व्हावे लागते.

२) शेतीचा लहान आकार : भारतातील शेती ही लहान आकाराची शेती आहे. इतर अनेक देशांच्या मानाने भारतातील शेतीचे सरासरी आकारमान क्षेत्र हे फारच लहान आहे. त्यामुळे आधुनिक पद्धतीने शेती करून उत्पन्न वाढविणे शक्य होत नाही. लहान क्षेत्रासाठी विहीर खणणे, पाणी देण्याची साधने (मोटर, पंप इ.), बैलजोडी ठेवणे अशा प्रकारची गुंतवणूक करणे शक्य होत नाही. त्यासाठी पुरेसे काम नसल्यामुळे शेती आर्थिकदृष्ट्या परवडत नाही. त्यातही जमिनीचे तुकडे अनेक ठिकाणी विखुरलेले असतात. त्यामुळे अवजारांची, मालाची ने-आण, राखण असे अनेक प्रश्न निर्माण होतात. लहान आकाराच्या शेतीतून त्यास पुरेसे उत्पन्न मिळू शकत नाही आणि त्यामुळे त्यास कायम कर्जबाजारी राहावे लागते.

३) शेतीचे अनिश्चित स्वरूप : शेती धंदा बऱ्याच प्रमाणात निसर्गावर अवलंबून आहे. पावसाची अनिश्चितता सर्वांच्या परिचयाची आहे. भारतातील शेती म्हणजे पावसावरील जुगार असे म्हटले जाते. शेतीच्या दृष्टीने असे दिसून येते की, प्रत्येक पाच वर्षांपैकी एक वर्ष चांगले जाते तर एक वर्ष अगदी वाईट असते व राहिलेली तीन वर्षे फार चांगली नाहीत व फार वाईटही नाहीत, अशी असतात. अशा परिस्थितीत सर्वसाधारण शेतकऱ्याला एका वर्षी फक्त कर्जमुक्त राहणे शक्य आहे पण बाकीची चार वर्षे तो कर्जमुक्त राहू शकत नाही. अवर्षणाच्या वर्षी पीक तर पदरात पडत नाहीच पण त्याला कौटुंबिक गरजा भागविण्यासाठी व जनावरांची जोपासना करण्यासाठी कर्ज काढावे लागते. याशिवाय हवामान, कीड, रोग यामुळेही पिकांचे बरेच वेळा अतोनात नुकसान होते. जनावरांच्या मृत्यूमुळे सुद्धा शेतकऱ्यास कर्ज काढावे लागते.

४) कुटीर उद्योगांचा ऱ्हास : ब्रिटिश काळापासूनच भारतातील कुटीर उद्योगांचा ऱ्हास सुरू झाला. पूर्वी चालत आलेले खेड्यातील अनेक कुटीर उद्योग बंद पडले. त्यामुळे त्यात गुंतलेल्या लोकांना दुसरे पर्यायी कामधंद्यांचे साधन नसल्याने व इतर उद्योगात त्यांना रोजगार उपलब्ध नसल्यामुळे या सर्व लोकांना शेती धंदा हा एकच

पर्याय उरला. त्यामुळेही शेतीवरील भार वाढला. शेतीचे तुकडीकरण वाढले आणि शेती उत्पन्न घटले. त्यामुळे शेतकरी कर्जबाजारी झाला.

५) शेतीची अल्प उत्पादकता : शेतीचा लहान आकार, पावसाची अनिश्चितता व पारंपरिक पद्धतीची शेती यामुळे शेती उत्पादकता अल्प असणे स्वाभाविकच आहे. त्यामुळे उत्पन्न कमी मिळते व शेतकरी कायमचाच दारिद्र्यात जखडला जातो. भारतात अनेक राज्यांत झालेल्या शेती व्यवस्थापन अभ्यासातून असे दिसून आले आहे की, शेतकऱ्यांचे निव्वळ उत्पन्न हे अगदी कमी आहे. शेती धंद्यातून मिळणाऱ्या उत्पन्नातून तो घरखर्चही भागवू शकत नाही. त्यामुळे त्याला कर्जबाजारी व्हावे लागते.

६) आनुवंशिक कर्जबाजारीपणा : पुष्कळदा असे दिसते की, प्रत्येक शेतकऱ्याच्या कर्जापैकी बराच मोठा भाग पूर्वपरंपरेने चालत आलेला असतो. वडिलांचे कर्ज मुलांनी फेडायचे असा पूर्वापार संकेतच आहे. वडिलोपार्जित कर्ज फेडणे ही एक नैतिक, सामाजिक व धार्मिक जबाबदारी समजली जाते. असे कर्ज फेडण्यासाठी त्याला पुन: कर्ज घ्यावे लागते. असे म्हटले जाते की, भारतीय शेतकरी कर्ज घेऊनच जन्माला येतो, तो कर्जातच जगतो व ऋणको म्हणूनच मरतो. अशा रीतीने वडिलोपार्जित कर्ज हे कर्जबाजारीपणाचे एक महत्त्वाचे कारण आहे.

७) शेतमालाच्या विक्रीची असमाधानकारक व्यवस्था : सावकाराचे देणे व इतर गरजा भागविण्यासाठी शेतकऱ्याला पीक कापणी, मळणीनंतर लगेच माल बाजारात विक्रीसाठी आणावा लागतो. बाजारात अनेक शेतकऱ्यांनी एकाच वेळी माल आणल्यामुळे अशा वेळी किमती उतरलेल्या असतात. तथापि शेतकऱ्याला माल विकण्याशिवाय गत्यंतर नसते. एवढेच नव्हे तर तो उत्पादनाचा बहुतेक भाग, कुटुंबाच्या अन्नधान्य गरजेचा विचार न करता विकून टाकतो आणि नंतरच्या काळात महाग दराने ते विकत घेण्याची पाळी येते. यासाठी त्यास पुन्हा कर्ज काढण्याची वेळ येते.

८) सावकारांची असामाजिक कार्यपद्धती : शेतकऱ्याला कर्जपुरवठा करणाऱ्यात सावकार हा एक प्रमुख भाग आहे. बरेच वेळा सावकार हा किराणा-भुसाराचा व इतर शेती उपयुक्त मालाचा व्यापारी असतो. तो शेतकऱ्याला उत्पादक व अनुत्पादक अशा कोणत्याही कारणासाठी कर्ज देतो. इतर पतसंस्थांपेक्षा सावकाराकडून कर्ज मिळणे सोपे असते. व्याजाचा जबर दर, खोटे हिशोब व वसुलीचे धोरण यामुळे शेतकरी सावकाराच्या कचाट्यातून कधीच सुटू शकत नाही.

९) सामाजिक प्रथा व चालीरीती : खेड्यापाड्यातून प्रचलित असलेल्या अनेक प्रकारच्या चालीरीती, रूढी व परंपरा यामुळेसुद्धा शेतकऱ्याला पुष्कळदा कर्जबाजारी व्हावे लागते. उदाहरणार्थ - मुला-मुलींचे बारसे, एखाद्या व्यक्तीच्या

मृत्यूनंतरचा विशिष्ट दिवस, पेरणी झाल्यावर अगर नवीन पीक आल्यावर मेजवानी देण्याची प्रथा असते. शेतकऱ्याची ऐपत असो अगर नसो, त्याची इच्छा असो अगर नसो त्याला यासाठी भरपूर खर्च करावा लागतो आणि त्याच्या कर्जबाजारीपणात भर पडते. लग्नकार्य, जत्रा, सार्वजनिक उत्सव वगैरे समारंभासाठीही शेतकरी वाजवीपेक्षा जास्त पैसे खर्च करतो व कर्जबाजारी होतो.

१०) कोर्टबाजीचे व्यसन : शेतकऱ्यात बऱ्याच वेळा आढळून येणारा दुर्गुण म्हणजे कोर्टाचे व्यसन. अगदी क्षुल्लक कारणावरून, बांधाच्या भांडणावरून व इतर अनेक कारणांवरून शेतकऱ्यांची अनेक प्रकरणे कोर्टात सुरू असतात. या प्रकरणात केवळ वकिलाची फी व स्टँप फी एवढ्याने भागत नाही तर साक्षीदार, त्याचा भत्ता व इतर खर्च आपला जाण्यायेण्याचा व इतर खर्च, इतर कर्मचाऱ्यांना द्यावी लागणारी लाचलुचपत इ. खर्चाच्या बाबी भागवाव्या लागतात.

११) इतर कारणे :

१) कर्जाचा दुरूपयोग : कर्जाचा दुरूपयोग आणि त्याचा इतर कारणासाठी वापर ही प्राथमिक संस्थांनी पुरविलेल्या कर्जाबाबतची नित्याची बाब झालेली आहे. शेतकऱ्यांना अल्प व मध्यम मुदतीचे कर्ज शेती उत्पादनासाठी मंजूर केलेले असते. परंतु प्राथमिक सहकारी संस्थांनी पुरविलेल्या कर्जापैकी २८ टक्के कर्जाचा दुरूपयोग केला गेला व त्याचा वापर इतर कारणांसाठी केल्याचे दिसून येते.

२) अपुरी देखरेख व्यवस्था : पतसंस्था, सहकारी बँका, व्यापारी बँका व इतर आर्थिक संस्थांनी कर्ज घेण्याऱ्या संस्थांवर व शेतकऱ्यांवर देखरेख करावी व त्यांना व्यवहाराबाबत मार्गदर्शन करावे अशी अपेक्षा आहे. परंतु आर्थिक संस्थांकडे योग्य तो व योग्य तेवढा प्रशिक्षित नोकरवर्ग उपलब्ध नाही. त्यामुळे आर्थिक संस्था पुरेसे नियंत्रण व पर्यवेक्षण ठेवण्यात अपयशी ठरल्या आहेत.

३) सदोष कर्जव्यवहार किंवा व्यक्तिसापेक्ष कर्जव्यवहार : रिझर्व्ह बँकेच्या सूचना विचारात न घेता काही कर्ज काही व्यक्तींना दिली गेली. अयोग्य व्यक्तींना, अयोग्य कारणासाठी, अयोग्य तारणावर कर्ज दिल्याने कर्जफेड न होता ती व्याजासह वाढतच राहते. उदा. नातेवाईक.

४) अपुरा सेवकवर्ग, व्यवस्थापकीय अकार्यक्षमता : वेळीच थकबाकी वसूल करण्याबाबत दर्शविलेली उपेक्षा, तसेच कर्ज देण्याबाबत घेतलेले निर्णयही आणि कर्मचाऱ्यांची मानसिकता ही प्रमुख कारणे पुरेशा नोकरवर्गाअभावी करू शकत नाहीत.

५) कर्जवाटपातील दिरंगाई किंवा विलंब : अर्ज केल्यापासून कर्ज हातात मिळण्यास अर्जदाराला ६ ते ९ महिन्यांचा कालावधी लागतो. अर्थात त्याला अनेक घटक कारणीभूत आहेत. उदा. जमिनीच्या मालकी हक्काच्या कागदपत्रांची छाननी व संचालकांची मंजुरी इत्यादी. परंतु या बाबतीत सुधारणा होऊ शकते.

६) नैसर्गिक आपत्ती किंवा भारतीय शेतीचे स्वरूप : भारतीय शेती मुख्यत: निसर्गावर अवलंबून आहे. तसेच वर्षभर पावसाचे प्रमाण निरनिराळ्या हंगामात, प्रत्येक दिवसानुसार बदलत असते. त्यामुळे त्याचा पिकांवर परिणाम होऊन उत्पादनात फरक पडून अपेक्षित फायदा शेतकऱ्यांस न मिळाल्याने कर्जफेड होत नाही. तसेच इतर नैसर्गिक आघात होण्याची शक्यता असते. उदा. महापूर, भूकंप, वादळ, आग.

७) कर्जाची छाननी व कर्ज पुरवठा : नोकरवर्गाअभावी कर्जाची छाननी न झाल्यामुळे व कर्जपुरवठ्याबाबत घाईने घेतलेला निर्णयही कर्जफेड होण्याबाबत काही प्रमाणात घातक घटक म्हणून समजण्यात येत आहे.

८) प्रशिक्षित मानव संस्थानांची टंचाई : शिक्षण व प्रशिक्षण या महत्त्वाच्या घटकांकडे आर्थिक संस्था दुर्लक्ष करतात. कर्मचाऱ्यांचे प्रशिक्षण हे काही ठराविक अंतराने होणे गरजेचे आहे.

९) विपणन व्यवस्थापन आणि अपेक्षित नफा : शेतकऱ्यांनी उत्पादित केलेला माल वेळच्या वेळी किंवा प्रथम बाजारपेठेत न आणल्यास अपेक्षित नफा होत नाही. उत्पादित खर्च व विक्रीपासून मिळणारा पैसा यामध्ये तफावत आढळल्यास कर्जफेडीवर परिणाम होत आहे.

१०) शासन कर आकारणी पद्धत व धोरण : कृषी खात्यामार्फत शासनाचे दर अगोदर ठरविले जातात. परंतु बाजारात उत्पादन मालाकरिता/उत्पादन माल खरेदीसाठी जास्त रक्कम द्यावी लागते. यामध्ये शासनाचे धोरण, कर आकारणी पद्धत शासनाला मिळणाऱ्या महसुलाचे धोरण बदलत असल्याने कर्जफेडीवर अप्रत्यक्षरीत्या परिणाम होत असतो.

११) औद्योगिक चढ-उतार : तंत्रज्ञानामुळे उत्पादित खर्च कमी करण्यात काही संस्था यशस्वी झाल्याचे पाहावयास मिळते. त्यामुळे सर्वसाधारण शेतकरी या चढ-उतारापासून काही काळ लांब असतो. परंतु त्याकाळातच औद्योगिक चढउतार पाहावयास मिळतात. त्यांचा परिणाम शेतकऱ्यांच्या फायद्यावर होत असतो. अपेक्षित फायदा न मिळाल्यास कर्जफेडीवर परिणाम होत असतो.

३.५ कर्जाची वसुली

शेतकऱ्यांना सहकारी पद्धतीमार्फत कर्जपुरवठा केला जाणाऱ्या पद्धतीत प्राथमिक सहकारी पतसंस्थेला सर्वात महत्त्वाचे स्थान आहे. संपूर्ण सहकारी पत किंवा कर्जरचना पद्धत या पायावर आधारलेली आहे. प्राथमिक सहकारी पतसंस्था प्रामुख्याने पतरचनेत तळाशी असल्याने प्राथमिक सहकारी संस्थांना पतरचनेचा पाया अगर तळ म्हटले आहे. निरनिराळ्या आर्थिक संस्था शेतकऱ्यांना कर्जपुरवठा करत असतात.

सहकारी कर्जपुरवठा : रचना

अल्प मुदतीचे कर्ज	मध्यम मुदतीचे कर्ज	दीर्घ मुदतीचे कर्ज
राज्य सहकारी बँक	राज्य सहकारी बँक	राज्य (मध्यवर्ती) भूविकास बँक
जिल्हा मध्यवर्ती बँक	जिल्हा मध्यवर्ती बँक	जिल्हा/तालुका/प्राथमिक शाखा
प्राथमिक सहकारी बँक व पतसंस्था	प्राथमिक सहकारी बँक	
शेतकरी	शेतकरी	शेतकरी

आर्थिक संस्था दिलेल्या कर्जाच्या वापरावर, उपयोगावर, वसुलींवर पूर्ण नियंत्रण ठेवू शकल्या नाहीत. कर्जरचनेची सतत सुधारणा करण्याच्या उद्देशाने योग्य ते धोरण आखून त्याची अंमलबजावणी करावी. कर्जाची वसुली करण्यासाठी योजनाबद्ध कार्यक्रम असावा व आपल्या सेवकांची कार्यक्षमता वाढवावी. त्यामुळे कर्ज वसुली करणे शक्य आहे.

१) थकीत कर्जाची वसुली न होण्याची कारणे

१. कडक शिक्षा/स्वरूपाचे कायदे नाहीत.

२. थकीत कर्जाची वसुली करण्याकरिता बँकांच्या व्यवस्थापकांना हवे तितके अधिकार नाहीत.

३. कायदा यंत्रणा हीच कर्जबुडव्यांना धार्जिणी

४. कर्जवसुली लवादाचा अभाव

५. पुरेसा कर्मचारीवर्ग व पायाभूत सोयींचा अभाव

६. कर्जवसुली लवादाकडे मोठ्या प्रमाणात कामाचा बोजा

७. तत्काळ निकालाचा अभाव

८. दिवाणी न्यायालये व त्यांची मानसिकता

२) कर्ज वसुली पद्धत :

कर्ज वसुली दोन प्रकारे करता येते.

१. प्रत्यक्ष किंवा खात्रीशीर कर्ज वसुली

२. अप्रत्यक्ष किंवा खात्रीशीर न देणारी कर्ज वसुली

१. प्रत्यक्ष किंवा खात्रीशीर कर्ज वसुली

१. पगारातून प्रत्यक्ष कपात

२. धनादेश संचय ठेव

३. राष्ट्रीय बचत योजना किंवा इतर ठेवींची प्रमाणपत्र ठेव.

२. अप्रत्यक्ष किंवा खात्रीशीर न देणारी कर्ज वसुली

या पद्धतीत कर्जदारास आर्थिक संस्थेतर्फे खालील पद्धतीचा वापर करून कर्ज वसुली केली जाते.

आर्थिक संस्था

नोटीस नं. १	कर्जदार	पहिल्या तीन महिन्यांच्या कर्जाची फेड न झाल्यास
नोटीस नं. २	कर्जदार	५ महिन्यांच्या कर्जाची फेड न केल्यास
नोटीस नं. १	जामीनदार	५ महिन्यांचे हप्ते थकीत राहिल्यास
नोटीस नं. २.	जामीनदार	६ महिन्यांचे हप्ते थकीत राहिल्यास

दिवाणी न्यायालये - कर्जदार व जामीनदारास नोटीस

फौजदारी केस

तारण वस्तूचा ताबा

मालमत्ता जप्त

घरगुती मालमत्ता / औद्योगिक वस्तू लिलाव कर्ज वसुली.

प्रकरण ४

महाराष्ट्रातील जलसंपदा

४.१ प्रस्तावना

शेतीसाठी पाणी हा अविभाज्य घटक असून, शेतीच्या विकासाकरिता पुरेशा प्रमाणात व नियमित पाणीपुरवठा कालव्याच्या स्त्रोताद्वारे करणे निकडीचे ठरते. कारण महाराष्ट्राच्या अनेक भागांत पाऊस अनिश्चित स्वरूपाचा असतो. महाराष्ट्राच्या बहुतेक भागात एकच पीक काढले जाते. परंतु वर्षातून दोन, तीन पिके घेण्याकरिता सिंचन सुविधा विस्तृत प्रमाणात उपलब्ध करून देणे आवश्यक आहे. त्याकरिता महाराष्ट्रात प्रत्येक पंचवार्षिक योजनेत जलसंपदेसाठी आर्थिक तरतूद करून जलसंपदेत वाढ घडवून ओलिताखालील क्षेत्रात वाढ करण्यात आली आहे.

४.२ जलसंपदेचा इतिहासकालीन प्रयत्न

महाराष्ट्रात अवर्षणग्रस्त परिस्थिती, दुष्काळ या कारणांमुळे पेशव्यांच्या काळापासून जलसंचय करण्याचे प्रयत्न केलेले आहेत. जलसंचयाकरिता पेशवेकालीन जुन्नर तालुक्यातील नारायणगाव बंधारा, साताऱ्याजवळील रेवडी बंधारा, पुणे जिल्ह्यातील सुप्याजवळचा मोढाळा तलाव, वाईजवळचा किनरे बंधारा, विदर्भातील हजारो मालगुजारी तलाव असे प्रयत्न करण्यात आले होते.

ब्रिटिश काळामध्ये अनेक बंधारे बांधण्यात आले आहेत. दुष्काळग्रस्त भागाला एक किंवा दोन संरक्षक पाण्याच्या पाळ्या देता याव्यात याकरिता ब्रिटिश काळामध्ये भाटघर धरण, भंडारदरा धरण, दारणा धरण, खोडशी धरण असे मोठे धरण प्रकल्प बांधले गेले. तसेच मध्यम प्रकल्प पूर्ण करण्यात आले. त्यामध्ये भादलवाडी व शेटफळ जि. पुणे, मुसाळवाडी, एकरूख, अहमदनगर तसेच मायणी सातारा, आष्टी सोलापूर असे प्रकल्प बांधले होते. अशाप्रकारे महाराष्ट्रात इतिहासकाळात जलसंपदेबाबत प्रयत्न झालेले आहेत.

४.३ जलसंपदेची आवश्यकता

महाराष्ट्राच्या शेतीला पाण्याची अत्यंत आवश्यकता आहे. महाराष्ट्रातील एकूण शेतजमिनीपैकी सुमारे १५% जमिनीस जलसिंचन सुविधा आहेत. उरलेल्या जमिनीचे क्षेत्रफळ कोरडवाहू आहे. अशा भागात जलसंपदा आवश्यक आहे. मानवी विकासाकरिता जलसंपदा आवश्यक आहे. शेतीकरिता जलसंपदेची गरज पुढील बाबीकरिता आहे.

१) पर्जन्यमानाचे अनिश्चित स्वरूप.

२) पावसाचे असमान वाटप.

३) अन्नधान्य पिकांच्या उत्पादनात वृद्धीकरिता.

४) नगदी पिकांच्या दर हेक्टरी उत्पादकता वृद्धी.

५) नदी, तळे प्रवाहातील पाण्याचे बदलते प्रमाण.

६) पिकांची फेरपालट करण्याकरिता.

७) जमिनीची सुपिकता वाढविण्याकरिता.

८) शेतीत यांत्रिकीकरणासाठी.

९) सामाजिक सांस्कृतिक कायापालट

१०) सरकारच्या महसुलात वाढ होण्याकरिता

११) परकीय चलन मिळविण्याकरिता.

१२) शेतकऱ्यांची आर्थिक स्थिती उंचावण्याकरिता.

१३) ओलिताखालील क्षेत्राचे प्रमाण वाढविण्याकरिता.

इ. कारणांकरिता जलसंपदा आवश्यक आहे.

४.४ पाण्याची वितरण पद्धती

शेतीला पाण्याची उपलब्धता झाल्यानंतर पिकांना पाणी देण्याच्या पद्धती पीकनिहाय असते. महाराष्ट्रात पिकांना पुढील पद्धतीने पाणी दिले जाते.

१) मोकाट जलसिंचन पद्धती : या पद्धतीत जमिनीची बांधणी केलेली नसते. पाटातून जमिनीवर मोकाट पाणी सोडले जाते. त्यामुळे पिकाला असंतुलितपणे पाणी मिळते.

२) सारे पद्धती : जमिनीच्या उताराप्रमाणे तीन ते साडेतीन मीटर रुंदीच्या पट्ट्या तयार केल्या जातात. या साऱ्यांच्या दोन्ही बाजूस वरंबे तयार करतात.

३) सरी पद्धत : या पद्धतीतून जमिनीच्या सऱ्या पाडल्या जातात. त्यातून पिकांना पाणी दिले जाते.

४) वाफे पद्धत : जमिनीचा उतार समान नसेल तर वाफे बांधून पाणी दिले जाते. त्या वाफ्यातील जमीन सपाट केली जाते.

५) आळे पद्धत : पिकांच्या बुंध्याभोवती गोल आळे करून पाणी दिले जाते. अशाप्रकारे पाण्याचे वितरण करून शेतीला पाणी दिले जाते.

४.५ जलसिंचन व्यवस्थापन

विविध पिकांना पाण्याचे व्यवस्थापन करताना पिकांची प्रकारनिहाय पाण्याची गरज, पिकांना पाणी देण्याचा कालावधी आणि पाणी देण्याच्या पद्धती या गोष्टींचा विचार करावा लागतो. त्याकरिता सुयोग्य सिंचन पद्धतीची निवड केली जाते. त्या करिता खालील बाबी विचारात घ्याव्या लागतात.

१) पाण्याची उपलब्धतता.

२) जमीन प्रकार

३) पिकाचा प्रकार

४) पिकांची लागवड व कालावधी

५) हवामानातील घटक

६) मनुष्यबळ उपलब्धता

७) आंतरमशागत उपलब्धता

८) तांत्रिक ज्ञान

९) भांडवल

इ. गोष्टी विचारात घ्याव्या लागतात.

४.६ महाराष्ट्रातील जलसिंचनाचे प्रकार व प्रगती

महाराष्ट्रामध्ये जलसिंचनाचे प्रचलित प्रकार

१) विहीर

२) तलाव

३) कालवे

४) उपसा जलसिंचन

५) ठिबक सिंचन

६) तुषार सिंचन

हे जलसिंचनाचे प्रकार असून, या प्रकारानुसार शेती ओलिताखाली आणली आहे. महाराष्ट्रात गेल्या पन्नास वर्षात जलसिंचनाची प्रगती पुढील तक्त्यावरून स्पष्ट होते.

तक्ता क्र. ४.१

विविध स्त्रोतांनुसार महाराष्ट्रातील सिंचित क्षेत्राची प्रगती (हजार हेक्टरमध्ये)

स्त्रोत/वर्ष	१९६० ६०-६१	१९७० ७०-७१	१९८० ८०-८१	१९९० ९०-९१	२००० ००-०१	२००३ ०३-०४
१) विहिरीखालील सिंचन	५९५	७६८	१०५५	१६७२	१९१२	१९८१
२) इतर साधनांद्वारे सिंचित (तळी कालवे) क्षेत्र	४७७	५७९	७८०	९९९	१०४७	१०४०
३) निव्वळ सिंचित क्षेत्र	१०७३	१३४७	१८३५	२६७१	२६५९	२९७१
४) एकूण सिंचित क्षेत्र	१२२०	१५७०	२४१५	३३१९	३६४७	३६६८
५) ओलिताखालील पिकांची सघनता	११४	११७	१३२	१२४	१२३	१२३
६) विहिरींची संख्या (हजारात)	५४२	६९४	८२६	१०१७	N.A.	N.A.
७) दर विहिरीमागे सिंचित क्षेत्र	१.१०	१.११	१.२८	१.६४	N.A.	N.A.
८) पिकाखालील एकूण क्षेत्र	१८,८२३	१८७३७	१९६४२	२१८५९	२२,२५६	२२३८७
९) एकूण सिंचित क्षेत्राची पिकाखालील एकूण क्षेत्राशी %	६.४८%	८.३८%	१२.३०	१५.१८	१६.३९	१६.३८

टीप - १) सघनता स्तंभक ६७ रिपन × १०० सूत्राने काढले आहे.
२) N.A. उपलब्ध नाही.

या तक्त्यावरून स्पष्ट होते की, महाराष्ट्रात गेल्या ४५ वर्षांत जलसिंचन क्षेत्रात मोठी वाढ झाली आहे. विहिरीखालील सिंचित क्षेत्रात २२५% वाढ झाली आहे तर इतर मार्गांनी सिंचित क्षेत्रातील वाढ ११७.६०% आहे. म्हणजे विहिरीद्वारे सिंचित क्षेत्रात सर्वाधिक वाढ आहे. त्याचप्रमाणे पिकाखालील एकूण सिंचित क्षेत्राचे प्रमाण १९६०-

तक्ता क्र. ४.२
महाराष्ट्रातील प्रकल्पांची संख्या व त्याद्वारे सिंचनक्षमता

तपशील	मोठे	मध्यम	लघु राज्य क्षेत्र	लघु को. पा.बंधारे	स्थानिक क्षेत्र पाझर तलाव	स्थानिक क्षेत्र उपसा जलसिंचन	लघु पाट बंधारे तलाव	इतर	एकूण
वर्ष २००३-०४									
१) पूर्ण प्रकल्प संख्या	३२	१७८	२१८२	८५११	१६०७२	२९२४	१९०४	१८०५५	४९६४८
२) चालू बांधकाम	२१	३४	२६२	१७९५	२२४५	१२०	३७२	१८१४	६६०९
३) अनुक्रमे १+२ प्रकल्पातील सिंचन क्षमता (लाख हे.)	२२.६७	६.४०	९.५६	२.६४	५.१४	०.३६	१.९४	१.१९	२०.८३
४) निर्मित सिंचन क्षमता (लाख हे.)	२२.५५	६.२७	९.३०	२.५६	५.०७	०.३६	१.९७	१.१९	२०.४५
५) सिंचन क्षमतेचा प्रत्यक्ष वापर (लाख हे.)	८.८६	१.८१	२.५१	०.८९	१.२७	०.१४	०.५९	०.८३	६.२४
६) वरील क्षेत्राव्यतिरिक्त विहिरीखालील सिंचन क्षेत्र	३.७७	०.८७	०.६०	---	---	---	---	---	०.६०
वर्ष २००६									
१) पूर्ण प्रकल्प	३२	१८३	२३९४	९१३३	१७९२२	२८४७	१९४७	१६९९७	५११६०
२) काम चालू प्रकल्प	२२	३९	३२८	१७२६	२९९४	१२०	३६४	२१०५	७६३७
३) निर्मित सिंचनक्षमता (लाख हेक्टर)	२३.३१	७.०९	१०.५	१२.५९	५.५७	१.९९	१.४३	२२.५०	
३) सिंचन क्षमतेचा प्रत्यक्ष वापर (लाख हे.)	११.१७	२.०२	२.९८	०.८८	१.३६	०.१४	०.५९	०.९९	६.९४
५) १ ते ४ व्यतिरिक्त विहिरीखालील सिंचनक्षेत्र (लाख हे.)	४.६३	०.७७	०.५७	---	---	---	---	---	०.५७

६१ मध्ये ६.४८% होते ते २००३-०४ मध्ये १६.३८% पर्यंत वाढले आहे.

४.७ महाराष्ट्रातील जलसिंचन प्रकल्प

महाराष्ट्रामध्ये जलसिंचन प्रकल्पाचे वर्गीकरण १९७८ पर्यंत खर्चाच्या आधारे केले जात असे; परंतु १९७६-७७ नंतर हे वर्गीकरण लाभक्षेत्राच्या प्रमाणात करण्यात येत आहे. त्यानुसार प्रकल्पांची विभागणी तीन वर्गात केली जाते. ती पुढीलप्रमाणे-

१) मोठे जलसिंचन प्रकल्प : ज्या प्रकल्पांचे लाभक्षेत्र १०,००० हेक्टर पेक्षा जास्त आहे असे प्रकल्प होय.

२) मध्यम जलसिंचन प्रकल्प : ज्या प्रकल्पांचे लाभक्षेत्र २००० हेक्टर ते १०,००० हेक्टरच्या दरम्यान आहे, असे प्रकल्प.

३) लघुसिंचन प्रकल्प : ज्या प्रकल्पांचे लाभक्षेत्र २००० हेक्टरपर्यंत आहे असे प्रकल्प होय.

तक्ता क्र. ४.२ वरून स्पष्ट होते की सिंचन क्षमतेत प्रगती घडवून आणण्यासाठी महाराष्ट्र सतत प्रयत्नशील आहे. शेती क्षेत्रामध्ये बदल झाल्यामुळे जलसिंचन क्षमतेत बदल झाला असला तरी पंचवार्षिक योजना काळात मोठ्या प्रमाणात निधी खर्च करूनही फारशी प्रगती झाली नाही. सन १९६०-६१ ते २००१-०२ पर्यंत झालेली प्रगती पुढीलप्रमाणे-

तक्ता ४.३
महाराष्ट्रातील जलसिंचनाची प्रगती

वर्ष	जलसिंचन क्षेत्र (लाख हे.)	एकूण पीक क्षेत्राची टक्केवारी
१९६०-६१	१२.२	६.४८
१९७०-७१	१५.७	८.३८
१९८०-८१	२४.१५	१२.३०
१९९०-९१	३३.१९	१५.१८
२००१-०२	३६.७	१६.०४

या तक्त्यावरून स्पष्ट होते की १९६०-६१ पासून महाराष्ट्रात जलसिंचन क्षेत्रात तीनपट वाढ झाली आहे, तर एकूण पिकाशी सिंचन क्षेत्राच्या प्रमाणात १९६०-६१ पासून २००१-०२ पर्यंत अडीच पट वाढ झालेली दिसत आहे.

४.८ महाराष्ट्र राज्यातील पाटबंधारे विकास महामंडळे

महाराष्ट्रातील सिंचन प्रकल्प जलद गतीने पूर्ण करण्यासाठी १९९६ ते १९९८ या कालावधीत पाच सिंचन महामंडळे स्थापन करण्यात आली आहेत. या महामंडळांच्या निर्मितीमुळे सिंचन क्षेत्रात वाढ होऊन क्षमता वाढली आहे. सदर महामंडळे पुढील तक्त्यात दर्शविली आहेत.

तक्ता क्र. ४.४
राज्यातील पाटबंधारे विकास महामंडळे

महामंडळे	स्थापना	समाविष्ट प्रकल्प संख्या	एकूण निधी को. रु.	सिंचन क्षमता लक्ष्य लाख हे.
१) कृष्णा खोरे विकास महामंडळ	मे १९९६	४०९	९५६४	१०.८५
२) विदर्भ पाटबंधारे विकास महामंडळ	मार्च १९९७	९६	७६३०	११.००
३) तापी पाटबंधारे महामंडळ	मार्च १९९७	१७०	५१९७	५.२३
४) कोकण पाटबंधारे विकास महामंडळ	डिसें. १९९७	३७	२९५९	१.०९
५) गोदावरी मराठवाडा पाटबंधारे विकास महामंडळ	ऑग. १९९८	२१४	३२६६	५.६१

या तक्त्यावरून स्पष्ट होते की, महाराष्ट्रात सिंचन महामंडळामुळे ओलिताखालील क्षेत्रात वाढ झालेली आहे.

जलसिंचन विकासाचे कार्यक्रम

१) लाभक्षेत्र विकास कार्यक्रम : ज्या क्षेत्रास पाण्याचा लाभ होणार आहे, त्या क्षेत्राचा सर्वस्पर्शी विकास घडवून आणण्याकरिता राज्यात लाभक्षेत्र विकास कार्यक्रम सुरू केला आहे. हा कार्यक्रम पाटबंधारे विभागामार्फत राबविला जातो. सध्या महाराष्ट्रात सात लाभक्षेत्र विकास प्राधिकरण असून, एकूण १० प्रशासक आहेत. या प्राधिकरणाच्या नियंत्रणाखाली एकवीस प्रकल्प येतात.

२) राष्ट्रीय पाणलोट क्षेत्र विकास कार्यक्रम : राज्यातील कृषी उत्पादनापैकी

८० ते ८५% उत्पादन कोरडवाहू क्षेत्रात होते. म्हणून कोरडवाहू तंत्र विकसित करण्याकरिता जमीन सुधारणेचे काम हाती घेऊन पावसाचे वाहून जाणारे पाणी अडविले जाते. हे पाणी जमिनीत मुरविले जाते. त्यामुळे भूगर्भातील पाण्याचा साठा वाढतो. या कार्यक्रमातंर्गत समोच्च बांधबंदिस्ती, नाला-बांधबंदिस्ती मजगी अशा कामांवर भर दिला जातो. या कार्यक्रमांतर्गत २६६ पाणलोट क्षेत्रे निश्चित करण्यात आले आहेत.

३) खारभूमी विकास कार्यक्रम : राज्यातील किनारपट्टीच्या कोकण भागात हा कार्यक्रम राबविला जातो. समुद्राचे खारे पाणी लगतच्या शेतजमिनीत शिरू न देणे व पावसाचे जास्तीत जास्त पाणी अडवून ते समुद्रात जाऊ नये या दृष्टीने कार्यक्रम राबविला जातो. राज्याच्या ७२० कि.मी. समुद्रकिनाऱ्यावरील ६५००० हेक्टर खार जमिनीचा विकास करणे. त्या जमिनीला पाण्याची उपलब्धतता करून शेती उत्पादकता वाढविणे हा उद्देश होता.

३) जल व भूमी व्यवस्थापन संस्था : सन १९८० मध्ये ही संस्था सुरू करण्यात आली. पाणी व जमीन यांचा सुयोग्य वापर करण्याकरिता व त्यांचा विकास करण्याकरिता ही संस्था स्थापन करण्यात आली आहे. ही संस्था प्रशिक्षण देणारी संस्था आहे.

४) महाराष्ट्र अभियांत्रिकी संशोधन संस्था : ही संस्था नाशिक येथे १९५९ मध्ये स्थापन करण्यात आली आहे. या संस्थेत फक्त पाटबंधारे प्रकल्पांचे संशोधनकार्य चालते.

५) पाणी अडवा, पाणी जिरवा : पडलेल्या पावसाचा प्रत्येक थेंब वापरात आणण्यासाठी हे तंत्र वापरतात. पावसाचे पाणी अडवून ते जमिनीत मुरविणे हा कार्यक्रम राबवितात. त्यामुळे भूमिगत पाण्याची पातळी उंचावण्यास मदत होते. म्हणून पाणी जिरविण्यासाठी पुढील पद्धत वापरतात.

१) पाणी जमिनीवर पसरविणे.

२) जलरोधक खंदक

३) उतारावर पायऱ्याप्रमाणे रचना (मजगी शेती)

अशा पद्धती वापरतात. त्याचप्रमाणे शेतात नांगरट किंवा पेरणी उताराला आडवी केल्यास जमिनीत पाणी मुरते.

६) पाणी वापर सहकारी संस्था : महाराष्ट्र शासनातर्फे जुलै २००१ मध्ये पाणी वापर संस्था स्थापन करून सर्व पाटबंधारे प्रकल्पांचे सिंचन व्यवस्थापन या संस्थांकडे हस्तांतरित करण्यात आले. त्यामुळे सिंचनक्षमता आणि प्रत्यक्ष क्षमता यांच्यातील तफावत कमी होऊन देखभाल खर्च मर्यादित करून पाणी वाटप व

तक्ता क्र. ४.५

महाराष्ट्रातील पाणी वापर संस्था (जुलै २००५) (हेक्टर)

तपशील	कार्यरत		करारपूर्ण संख्या		नोंदणीकृत पण करार प्रलंबित		नियोजित		एकूण	
	संस्था	सिंचन क्षेत्र	संस्था	सिंचन क्षेत्र	संस्था	सिंचन क्षेत्र	संस्था	सिंचन क्षेत्र	संस्था	सिंचन क्षेत्र
A) मोठे, मध्यम सिंचन प्रकल्प	६६४	२१००२६	३४५	११३८२८	९७०	३६३२७४	१३५३	६१०६९३	३३३२	१२९३७३१
B) लघुसिंचन प्रकल्प	११०	४०४९५	८१	३८२०८	२३१	७०१२६	२९७	९४२५५	७१९	२४३०८४
C) एकूण A+B	७७४	२५०५२१	४२६	१५१९३६	१२०१	४३३४१०	१६५०	७०४९४८	४०५११	४५४०८१५

वितरण कार्यक्षम करून, पाणीपट्टी वसूल करणे याकरिता या संस्था स्थापन करण्यात आल्या आहेत, त्यांची संख्यात्मक वाढ तक्ता क्र. ४.५ मध्ये पाहावयास मिळेल.

तक्ता क्र. ४.५ वरून असे स्पष्ट होते की मोठे, मध्यम सिंचन प्रकल्पावर ७७४ सहकारी संस्था असून २५०५२१ हेक्टर क्षेत्र सिंचनाखाली आले आहे. जुलै २००५ अखेर महाराष्ट्रात एकूण ४०५१ संस्था स्थापन होऊन ४५४०८१५ हेक्टर जमीन ओलिताखाली आहे. म्हणजे सहकारी संस्थांबाबत संख्यात्मक वाढ मोठी आहे. तसेच जलसिंचन क्षेत्रात वाढ झाली आहे.

■

प्रकरण ५

महाराष्ट्रातील कृषी विपणन

५.१ प्रस्तावना : भारताप्रमाणे महाराष्ट्र राज्यात उत्पादित शेतमालाची विक्री कोठे करावी हा गंभीर प्रश्न आहे. शेतीची उत्पादकता ही कृषिविपणन व्यवस्थेवर अवलंबून आहे. प्रत्येक शेतकरी उत्पादित शेतमालापैकी स्वत:च्या कुटुंबाकरिता काही प्रमाणात उपयोगाकरिता शेतमाल ठेवतो व उर्वरित शिल्लक शेतमाल विक्रीस आणतो. तो शेतमाल विक्रेय वाढावा या स्वरूपात असतो. शेतमाल विक्रेय वाढावा हा यापासून शेतकऱ्यांना उत्पन्न प्राप्त होत असते. त्याचप्रमाणे एकूण लोकसंख्येला अन्नधान्याचा पुरवठा होत असतो. त्याचप्रमाणे औद्योगीकरणाची प्रक्रिया ही विक्रेय वाढाव्यावर अवलंबून असते. तसेच द्वितीय व तृतीय क्षेत्राचा विकास घडवून आणण्याकरिता विक्रेय वाढावा महत्त्वाची भूमिका पार पाडत असतो. शेतमाल विक्रेय वाढावा जितका जास्त असतो तितके शेतकऱ्याचे उत्पन्न जास्त असते. विक्रेय वाढावामुळे शेतीची उत्पादकता वाढलेली असते. म्हणून महाराष्ट्रात शेतमालाची विक्रेय वाढावा वाढविला जात आहे. शेतमाल विक्रीव्यवस्था ही अतिशय गुंतागुंतीची प्रक्रिया आहे. महाराष्ट्रामध्ये उत्पादित शेतमाल बाजारपेठेत अनेक समस्या आहेत. त्या समस्येतच शेतमालाची विक्री करीत आहे. त्यामुळे शेतमालास किफायतशीर किंमत प्राप्त होऊ शकत नाही. त्यामुळे शेतीची उत्पादकता कमी राहिलेली आहे.

५.२ शेतमाल विक्रीच्या पद्धती : सर्वसाधारणपणे शेतमालाच्या विक्री करण्याच्या वेगवेगळ्या पद्धती महाराष्ट्रात प्रचलित आहेत. महाराष्ट्रीयन शेतकरी विक्रय वाढावा हा स्थानिक गावातच विक्री करतो. तसेच गावातील किंवा आसपास विभागीय आठवडाबाजारात शेतमालाची विक्री करतो. प्रसंगी गावातच सावकारांना शेतमाल विकतो. त्यामुळे शेतमालास किफायतशीर किंमत प्राप्त होत नाही. महाराष्ट्रात सध्या शेतमाल विक्रीच्या पद्धती पुढीलप्रमाणे आहेत.

५.२.१ उघड लिलाव पद्धती : या पद्धतीमध्ये शेतकरी शेतमाल नियंत्रित बाजारपेठेत आणून दलालामार्फत शेतमाल विकतो. यामध्ये दलाल शेतकऱ्यांमार्फत किंमत बोलतो व जो व्यापारी जास्तीत जास्त किंमत देईल त्यास शेतमाल विकला जातो. दलालास त्या बदल्यात शेतकऱ्याकडून कमिशन मिळते. या पद्धतीत शेतकऱ्यांचा प्रतिनिधी दलाल आणि व्यापारी समोरासमोर किंमत ठरवीत असतात. ही पद्धत चांगली असली तरी त्यात काही प्रमाणात दोष दिसून येतात. सध्या सर्वत्र ही पद्धत दिसून येत आहे.

५.२.२ गुप्त पद्धत : या पद्धतीमध्ये दलाल व व्यापारी यांच्यामध्ये हाताच्या बोटांच्या खुणेने व्यवहार होतात. हातावरती रुमाल ठेवून व्यापारी व दलाल शेतमालाची किंमत ठरवितात. या किमतीची कल्पना शेतकऱ्यांना नसते. त्यामुळे शेतकऱ्यांची पिळवणूक होते.

५.२.३ वाटाघाटीची पद्धत : या पद्धतीमध्ये शेतकरी स्वत: व खरेदी करणारे व्यापारी किंवा गिऱ्हाईक यांच्यात वाटाघाटी होऊन किंमत ठरवून शेतमाल विकतात. या विक्री पद्धतीत स्वत: शेतकरी शेतमालाची विक्री करतो.

५.२.४ जळप पद्धत : या पद्धतीमध्ये उभ्या पिकांची अंदाजावरून विक्री केली जाते. याशिवाय मालाच्या विक्रीसाठी त्यांची संपूर्ण माहिती देऊन नमुना दाखवून बंद निविदा मागवून व दरपत्रकाच्या पद्धतीने मालाची विक्री केली जाते. या पद्धतीमध्ये ठराविक प्रतीच्या मालाच्या किमती ठरवून दिलेल्या असतात. त्याप्रमाणे त्याचे खरेदी-विक्रीचे व्यवहार केले जातात. अशा प्रकारे विक्रेय वाढाव्याच्या शेतमालाची किंमत निर्धारण करून शेतमाल विकला जातो.

उत्पादित होणारा शेतमाल हा विभिन्न प्रकारचा असतो. टिकाऊ, नाशवंत, वाहतुकीस सोईचा किंवा गैरसोईचा इ. गुणधर्मानुसार कोणत्या ठिकाणी खरेदी विक्री होईल हे ठरते; परंतु महाराष्ट्रात बाजारपेठेचे विशेषीकरण झालेले नाही. म्हणजे विशिष्ट शेतमाल विशिष्ट बाजारपेठेतच उपलब्ध होतो असे नसून एकाच बाजारपेठेत अनेक वस्तू मिळू शकतात. शेतमालाच्या विपणन व्यवहाराचे पुढील टप्पे आहे.

१) प्राथमिक बाजार - हा बाजार प्रामुख्याने आठवडाबाजार होय. आठवड्यातून एखाद्या दिवशी हा बाजार असतो. महाराष्ट्रामध्ये बहुतेक मोठ्या व काही लहान खेड्यांतून हा बाजार नियमित भरतो. या बाजारात शेतकरी आपला शेतमाल विकतात. कारण शेतीपासून हा बाजार जवळ असल्यामुळे त्वरित विक्री करता येते. शिवाय गावातच विकण्यापेक्षा या बाजारात चांगली किंमत प्राप्त होते. या फायद्यामुळे प्राथमिक बाजारात माल विकला जातो.

२) घाऊक बाजार : मंडी बाजार - हा बाजार जिल्ह्याच्या व तालुक्याच्या सर्व प्रमुख ठिकाणी आढळून येतो. या बाजारपेठांतून शेतमालाची विपणन घाऊक पद्धतीने

होते. यात दलाल, अडत्या हे मध्यस्थ असतात. शिवाय मापाडी, हमाल, तोलाईदार, पट्ठेवार हे असतात.

३) अंतिम बाजार (Terminal markets) : अशा बाजारातून शेतमाल ग्राहकापर्यंत पोहोचविला जातो. गोदामव्यवस्थेतून माल ग्राहकापर्यंत पोहोचविला जातो.

अशा प्रकारे शेतमाल विक्रीचे टप्पे आहेत.

५.३ - शेतमाल विक्रीमधील समस्या

१. शेतमालांची विक्री खेड्यातच करावी लागणारी परिस्थिती
२. नियंत्रित बाजारपेठांमधील अयोग्य कार्यपद्धती
३. शेतमाल वाहतुकीच्या साधनांची अनुपलब्धता, महागडेपणा व रस्त्यांची दुरवस्था
४. साठवणुकीच्या सोईचा अभाव
५. प्रतवारी प्रमाणीकरण सुविधांचा अभाव
६. प्रमाणापेक्षा जास्त मध्यस्थांचे अस्तित्व
७. काढणीपश्चात तंत्रज्ञानाचा अभाव
८. अविकसित प्रक्रिया उद्योग
९. संघटनेचा अभाव
१०. बाजारमाहितीचा अभाव

५.४ - उपाययोजना

१. शेतमाल काढणीपश्चात तंत्रज्ञानाचा प्रसार करणे.
२. बाजार माहितीची सुविधांची उपलब्धता वाढविणे.
३. पीक नियोजन पर्यायी पिकांचा विचार करणे.
४. प्रतवारी व प्रमाणीकरण सुविधांमध्ये वाढ करणे.
५. साठवणुकींच्या सोई-सुविधांमध्ये वाढ करणे.
६. सहकारी विपणन संस्थांचा विकास करणे.
७. विपणन साखळीतील मध्यस्थांची संख्या मर्यादित करणे.
८. शेतकऱ्यांचा विक्रीव्यवस्थेतील सहभाग वाढविणे.
९. शेतकरी बाजारांची स्थापना करणे.
१०. कराराच्या शेतीस प्राधान्य देणे.
११. पॅकिंगच्या साहित्याचा पुरवठा करणे.
१२. सुधारित पीक तंत्रज्ञानाचा वापर करून उत्पादनात वाढ करणे.
१३. कृषिमाल निर्यातीत वाढ होण्यासाठी कृषिनिर्यात क्षेत्राची स्थापना करणे.

१४. शेतमाल प्रक्रिया उद्योगास चालना देणे.

१५. कृषिमाल तारणावर पतपुरवठ्याची सोय.

१६. कृषी वायदे बाजाराचा विकास

५.५. सहकारी पणनसंस्था : शेतकऱ्यांना उत्पादित शेतमालाचा योग्य मोबदला मिळणे आणि शेतमाल विक्री व्यवस्थेतील दोष कमी करणे याकरिता सहकारी विक्रीव्यवस्था निर्माण करण्यात आली आहे. सहकारी विक्रीसंस्था उत्पादित शेतमालाची विक्री करून शेतकऱ्यांना योग्य मोबदला प्राप्त करून उपभोक्तांना योग्य किमतीस शेतमाल उपलब्ध करून देत असतात. त्याचप्रमाणे सहकारी विक्रीव्यवस्थेद्वारे शेतकऱ्यांची सौदाशक्ती वाढवून शेतमालावर कर्जे देतात. त्यामुळे शेतकऱ्यांची प्रतिक्षाक्षमता वाढते. योग्य किंमत येईपर्यंत शेतकरी शेतमाल विक्रीस थांबतो. त्याचप्रमाणे विक्रीव्यवस्थेतील मध्यस्थांची साखळी नष्ट होते. म्हणून सहकारी विपणनव्यवस्था महत्त्वाची आहे.

महाराष्ट्रात सहकारी विक्रीव्यवस्थेची रचना त्रिस्तरीय आहे. ती पुढीलप्रमाणे–

५.५.१ प्राथमिक सहकारी पणन संस्था : या संस्थांमार्फत शेतकऱ्याच्या शेतमालाची विक्री करून, शेतकऱ्यांना कर्जपुरवठा, सुधारित बी-बियाणे, अवजारे, खते यांसारख्या आदानांचा पुरवठा करतात. प्राथमिक सहकारी पणनसंस्था खेडे पातळीवर कार्य करतात. या संस्थांची प्रगती पुढीलप्रमाणे दिसून येते.

तक्ता क्र. ५.१

प्राथमिक सहकारी पणनसंस्थांची प्रगती (रु. लाखात)

तपशील	१९६१	१९८१	२००१	२००५
संख्या	३२७	३९१	१०८८	१९३३
सभासदसंख्या (हजारात)	११७४	३९०४	७८५९	७६६३
भागभांडवल	९५	६८६	८५३६	५५८४
विक्री किंमत				
१) शेतमाल	१५१७	९६६३	३३७९१	१८८३१
२) शेतमालापैकी अन्नधान्य	२३७	१५९३	५७०४	५६१६
३) शेती उपयोगी माल	७४४	११६९५	४०२४९	३९३२६
४) शेतीउपयोगी मालापैकी रासायनिक खते	५३५	८७१३	३१७०८	३५९२२
५) बियाणे	३९	८८७	२४६२	३४०४
६) ग्राहक वस्तू	५४५	७९४२	२८१२५	१६४६०
७) नफा	२	१९७	१०७५८	१२३१

या तक्त्यावरून स्पष्ट होते, की १९६१ मध्ये प्राथमिक सहकारी पणनसंस्थांची संख्या, भागभांडवल, सभासदसंख्या वाढविली आहे. त्याचप्रमाणे या संस्था शेती आदानाची विक्री करतात आणि शेतमालाची विक्री करतात. त्यातून नफा प्राप्त करतात. या संस्थांच्या नफ्यात १९६१ नंतर वाढ झालेली आहे. म्हणजे या संस्था प्रगतिपथावर आहेत.

५.५.२ जिल्हा / मध्यवर्ती सहकारी पणनसंस्था

सहकारी विपणनसंस्थेचा दुसरा स्तर जिल्हा मध्यवर्ती सहकारी पतसंस्था असून जिल्हा पातळीवर शेतमालाची विक्री करतात. या संस्थेच्या माध्यमातून शेतकऱ्यांना खतांचा पुरवठा, शेतकऱ्यांना जीवनावश्यक वस्तूंचा, शेतीच्या आदानाचा, शेतमालवाहतूक साधने इ. चा पुरवठा करतात, तसेच शेतमाल गोदामव्यवस्था करून शेतमालाचा साठा करतात त्याचप्रमाणे शेतकऱ्यांना शेतमालाचा योग्य मोबदला प्राप्त झाला पाहिजे याकरिता विविध प्रकारे प्रयत्न करतात. शेतकऱ्याकरिता निवासव्यवस्था म्हणून कृषिभवनाची व्यवस्था बाजार आवारात करतात. जिल्हा / मध्यवर्ती सहकारी पणनसंस्था मध्यस्थ असून त्यांची प्रगती पुढील तक्त्यावरून स्पष्ट होते.

तक्ता क्र. ५.२

जिल्हा / मध्यवर्ती पणन सहकारी संस्था (रु. लाखात)

तपशील	१९६१	१९८१	२००१	२००५
संस्था संख्या	१६	२६	२४	२४
सभासद संख्या (०००)	२३६	७९७	५२७	४८६
भागभांडवल	३६	१९२	३५४	२६०
विक्रीची किंमत				
१) शेतीमाल	२२५	१११०	१४९६१	३०७२
२) अन्नधान्य शेतीमालापैकी	४२	४८४	१४११३	४२५
३) शेती उपयोगी माल	२९२	६५४८	२९४०	१६८८
४) रासायनिक खते	२२१	५३०६	२४३६	१६४०
५) बियाणे	५	५८	९८	४८
६) ग्राहक वस्तू	४०७	३९८५	३०१६	८०१४
७) नफा	१२	११७	५०	१५८

या तक्त्यावरून स्पष्ट होते, की संयुक्त महाराष्ट्राच्या स्थापनेनंतर आणि १९६० सहकारी कायद्याच्या निर्मितीमुळे या संस्थेची प्रगती झालेली आहे. या संस्थेने गेल्या

पन्नास वर्षांच्या काळात नफा कमविला आहे. शिवाय शेतीसाठी आदानाची उपलब्धता करून दिलेली आहे.

५.५.३ - महाराष्ट्र राज्य सहकारी पणन महासंघ : शेतमालाचे विपणन करण्यासाठी स्थानिक पातळीवर आणि जिल्हा पातळीवर सहकारी विपणन संस्थांच्या कार्यात समन्वय साधण्यासाठी राज्य सहकारी पणन महासंघ कार्यरत असून सर्व संस्थांना तांत्रिक ज्ञान व मार्गदर्शन करतात. तसेच शेतकऱ्याला राज्य शेतीमालाची रास्त व उचित किंमत मिळवून देतात. जीवनावश्यक वस्तुंची विक्री करतात. शेतमालावर प्रक्रिया करणारे कारखाने चालवितात. त्यातून रोजगारनिर्मिती करतात. अशा कार्य करणाऱ्या महासंघाची प्रगती खालील तक्ता क्र. ५.३ मध्ये दिसून येते.

तक्ता क्र. ५.३

महाराष्ट्र राज्य सहकारी पणन महासंघाची प्रगती (रु. लाखात)

तपशील	१९६१	१९८१	२००१	२००५
सभासद (०००)	७	१२	९	०८
भागभांडवल	१३	७७१	१२९६	१३००
विक्री किंमत				
१) शेतमाल	१२२३	७६७९	११७१४	९५९६
२) पैकी अन्नधान्य	१०३३	२५८४	११६७०	९५८१
३) शेती उपयोगी माल	-	९७५०	२८५६३	१८२६०
४) रासायनिक खते	-	८९०६	२८३७१	१५३५६
५) ग्राहक वस्तू	-	-	२१४९	१३७४
नफा	-	११२	३५	२२

या तक्त्यावरून स्पष्ट होते की, या महासंघाने १९६० नंतर सर्वसाधारण प्रगती केली आहे.

महाराष्ट्र राज्य कृषी महामंडळामार्फत द्राक्षे, आंबे, केळी इत्यादी उत्पादनांच्या निर्यातवृद्धीसाठी महाग्रेप्स, महामँगो, महाबनाना यांसारख्या शिखर सहकारी संस्थांची स्थापना केलेली असून या संस्थांमार्फत संबंधित उत्पादनांच्या निर्यातीचे कामकाज अत्यंत पद्धतीशीरपणे केले जात आहे.

५.६ - कृषी उत्पन्न बाजार समिती : कृषी उत्पन्न बाजारपेठांमधील सर्व कामांचे नियंत्रण ठेवण्यासाठी बाजार समिती स्थापन केली जाते. नियंत्रित बाजारात बाजार समिती कार्यानुसार बाजारपेठेचे व्यवहार करणे, विविध अधिकारांचा वापर

करणे, तसेच बाजाराचे नियंत्रण करून बाजारावर देखरेख ठेवण्याच्या दृष्टीने महत्त्वाचे आहे.

कृषी उत्पन्न बाजार समित्या कायद्याने अस्तित्वात आलेल्या आहेत. या समित्यांमध्ये २५ सदस्य असून बाजारपेठेच्या कार्यक्षेत्रामध्ये राहणाऱ्या शेतकऱ्यांपैकी ७ शेतकरी यामध्ये असतात. तसेच आडते, दलाल व व्यापारी यांचे तीन प्रतिनिधी असतात. कृषी पतसंस्था, विविध कार्यकारी संस्था, शेतमाल प्रक्रिया सहकारी संस्थेचा अध्यक्ष, पंचायत समितीचा सभापती, स्थानिक संस्थेचा अध्यक्ष, कृषी अधिकारी, जिल्हा परिषदेने नियुक्त केलेला विस्तार अधिकारी इत्यादींचे प्रतिनिधी सदस्य आहेत.

कृषी उत्पन्न बाजार समितीच्या क्षेत्रातील वस्तूंचा व्यापार करण्याची मक्तेदारी असून शेतमालाची खुल्या लिलाव पद्धतीने विक्री करतात. शेतमालाच्या विक्रीकरिता नियमन करणे, वस्तूचे वजन, प्रमाणीकरण, प्रतवारी, साठवणूक, बँककर्ज, वाहतूक व्यवस्था अशा सुविधा रास्त दरात उपलब्ध करून देतात. त्याचप्रमाणे बाजारपेठांमधील दोष नाहीसे करून दोषमुक्त बाजारपेठ निर्माण करतात. मध्यस्थांची साखळी कमी करून शेतकऱ्यांना वाजवी दर देण्याचा प्रयत्न करतात.

शेतमालाची आणि प्रकिया शेतमालाची प्रतवारी व प्रमाणीकरण करून झाल्यानंतर संबंधित वस्तूंना ॲगमार्क असा शिक्का देण्यात येतो. यामध्ये खाद्यतेले तूप, लोणी, तांदूळ, आटा, गूळ, अंडी, फळे, कडधान्ये, बटाटे, मसाले अशा वस्तूंचा समावेश केला आहे. अशा वस्तूंची शुद्धता व दर्जा यांचे सतत विश्लेषण व छाननी केली जाते. भेसळमुक्त अन्न व औषधे यासंबंधी विशेष दक्षता घेतली जाते.

कृषी उत्पन्न बाजार समितीला विशिष्ट अधिकार कायद्याने प्राप्त झालेले आहेत. त्यामध्ये स्थावर व जंगम मालमत्ता खरेदी करणे, बाजारातील शेतमालाच्या खरेदी-विक्रीवर कर आकारणे, बाजारपेठांच्या मालमत्तेवर व फीच्या तारणावरती सरकारकडून कर्ज घेणे, बाजारात उपसमित्यांची स्थापना करणे, बाजार समितीला सचिव निवडणे व आवश्यक कर्मचारी नियुक्त करणे इ. अधिकार या समितीला आहेत.

महाराष्ट्रामध्ये सन १९८५ मध्ये २३४ नियंत्रित बाजार आणि ४२२ उपबाजार होते. सन १९९६ मध्ये २४९ नियंत्रित बाजार आणि ५३४ उपबाजार होते. म्हणजे कृषी उत्पन्न बाजार समितीचा कार्यविस्तार होत आहे.

महाराष्ट्रामध्ये सन २००५ अखेर विभागनिहाय कृषी उत्पन्न बाजारसंस्था पुढीलप्रमाणे आहेत–

तक्ता ५.४

कृषी उत्पन्न बाजार समितीची विभागीय आकडेवारी

विभाग	मुख्य बाजार	उपबाजार	एकूण
मुंबई	०१	०४	०५
कोकण	१९	४४	६३
नाशिक	५१	११५	१६६
पुणे	२२	६६	८८
कोल्हापूर	२०	६०	८०
औरंगाबाद	३३	६७	१००
लातूर	४६	८५	१३१
अमरावती	५५	९३	१४८
नागपूर	४३	८०	१२३
एकूण	२९०	६१४	९०४

या तक्त्यावरून स्पष्ट होते, की नाशिक विभागात सर्वाधिक कृषी उत्पन्न बाजार समित्या आहेत. नाशिक विभागातील अहमदनगर जिल्ह्यात मुख्य बाजार केंद्र १४ व उपबाजार ३३ असे ४७ सर्वाधिक आहे. नाशिक विभागानंतर अमरावती विभागाचा क्रमांक लागतो. सर्वात कमी बाजारकेंद्रे असणारा मुंबई विभाग आहे. कारण या विभागात शेतमाल फारसा येत नाही.

■

प्रकरण ६

कृषी उद्योग व जोड व्यवसाय

६.१ प्रस्तावना : ग्रामीण भागातील विशेषत: छुपी बेकारी यावर उपाय म्हणून कृषी उद्योगधंद्याची वाढ होणे अत्यंत गरजेचे आहे. त्यामुळे शेतीला एक उद्योगाचे स्वरूप प्राप्त होऊन शेती किफायतशीर होईल. शेती व्यवसायात लोकसंख्या जास्त गुंतलेली असते, ती संख्या कमी करण्याकरिता कृषी उद्योग सुरू केला तरी शेती उत्पादनात घट होणार नाही. शेतीत रोजगारनिर्मिती फार होत नाही. म्हणून रोजगारनिर्मितीकरिता कृषी उद्योग सुरू केले जातात. महाराष्ट्रात कृषी उद्योगाच्या क्षेत्रात साखर व सूतगिरण्या यांच्या पलीकडे फारसे उद्योग निर्माण झालेले नाही. शेतमालावर प्रक्रिया करणारे उद्योग सामान्यत: ज्या भागात कच्चा माल त्या भागात उद्योग सुरू झाले पाहिजे. महाराष्ट्र राज्यात कृषी उद्योगास फार मोठा वाव आहे. कारण की कृषी उत्पादनात व पिकात नैसर्गिकरीत्या विविधता असून अन्नधान्ये, कडधान्य, नगदी पिके, फळफळावळ पिके यांना महाराष्ट्रात अनुकूल स्थिती असल्यामुळे कच्चा माल पुरेशा प्रमाणात उपलब्ध होतो - म्हणून महाराष्ट्रात कृषी उद्योग पुढीलप्रमाणे आहेत.

६.२ सहकारी साखर कारखाने

भारतात स्वातंत्र्योत्तर काळात ग्रामीण भागाच्या विकासासाठी सहकारी चळवळ प्रभावी साधन आहे, हे सिद्ध झाले असून ग्रामीण भागात अनेक सहकारी तत्त्वावर उद्योग निर्माण झाले आहेत. सध्या महाराष्ट्रात साखर कारखानदारी सहकारी तत्त्वावर अग्रेसर आहे. याचे श्रेष्ठत्व यशवंतराव चव्हाण, धनंजयराव गाडगीळ, वैकुंठभाई मेहता, विठ्ठलराव विखे पाटील, वसंतदादा पाटील, शरद पवार या दूरदर्शी नेत्यांकडे जाते. या नेत्यांनी साखरउद्योगाला प्रतिष्ठा प्राप्त करून दिली आहे. कारण महाराष्ट्रात प्रथम सहकारी साखर कारखाना १९४७ मध्ये प्रवरानगर येथे स्थापना केला होता. अल्पकाळातच महाराष्ट्राने

संपूर्ण भारतात याबाबत प्रथम क्रमांक मिळविला आहे. त्याचप्रमाणे उसाच्या उत्पादनात महाराष्ट्र भारतात अग्रेसर राहून साखरेच्या उत्पादनात सातत्य टिकवून ठेवले आहे. महाराष्ट्रातील सहकारी साखर कारखान्यांनी उसाचे क्षेत्र, उत्पादन, उत्पादकता, गाळपक्षमता, साखर उतारा यांबाबत प्रगती केलेली आहे. ती तक्ता क्र. ६.१ मध्ये दाखविली आहे.

तक्ता क्र. ६.१

महाराष्ट्रातील उसाचे क्षेत्र, उत्पादन, उत्पादकता, गाळप, साखर उत्पादन व उतारा

वर्ष	उसाचे क्षेत्र लाख हे.	ऊस उत्पादन लाख मे. टन	उसाची उत्पादकता मे. टन	गाळप क्षमता लाख मे. टन	साखर उत्पादन लाख मे. टन	साखर उतारा %
१९६०-६१						
१९८०-८१	३.१७	२३५.९१	९२.१५	१८८.७३	२०.८५	११.००
१९९०-९१	५.३३	३८४.१६	८६.५२	३८२.७४	४१.३२	१०.७६
१९९५-९६	६.२२	४६६.५६	८०.८०	५१५.१३	५३.९४	१०.९३
२०००-०१	५.९५	४९५.८९	८३.३०	६७६.४९	६७.०५	११.६४
२००३-०४	५.२६	२६९.८२	५१.३०	२९०.३९	३१.७१	१०.९४
२००५-०६	-	-	-	१९४.५४	२२.३२	११.४९

वरील तक्त्यावरून स्पष्ट होते, की महाराष्ट्रात उसाचे क्षेत्रफळ कमी कमी होत गेले आहे. कारण उसाला आवश्यक असणारे बारमाही पाणी आणि उसाच्या बाजारभावात अस्थिरता, दुष्काळ या कारणांमुळे उसाचे क्षेत्रफळ कमी झालेले दिसून येते. त्याचप्रमाणे उसाची उत्पादकता ९२.१५ मे टन हेक्टरवरून ५१.३० मे टन हेक्टर कमी झाली आहे. त्यामुळे साखर उत्पादन घटलेले आहे. शिवाय साखर उतारा ११.००% वरून १०.९४% सरासरी झाले आहे. म्हणजे साखर उतारा कमी झाला आहे. उसाची उत्पादकता कमी होण्याचे कारण की (१) ऊस लागवड जुनाट पद्धतीने (२) सुधारित बियाणांचा अभाव (३) सतत एकाच जमिनीत एकच पीक (४) रोगराई (५) दुष्काळ (६) भांडवलाचा अभाव (७) उसाच्या बाजारात सतत चढउतार (८) वाढता उत्पादनखर्च.

या कारणामुळे ऊसपिकाची उत्पादकता कमी कमी होत आहे. त्याचप्रमाणे साखर उतारा घटत जात आहे. कारण सुधारित बियाणांच्या वापराचा अभाव, ऊसतोडणी कालावधी फार उशिरा आणि फार लवकर, शिवाय उसाची तोडणी करून गाळप करण्यापर्यंतचा कालावधी जास्त लागतो. त्यामुळे ऊस उन्हात सुकून जातो. त्यामुळे साखर उतारा कमी होतो.

महाराष्ट्रात १९८०-८१ नंतर ऊसगाळप क्षमता वाढलेली आहे. प्रत्येक कारखान्याने आपली गाळपक्षमता वाढवलेली आहे; परंतु २००३-०४ या सालात गाळपक्षमता कमी दिसून येते. कारण की उसाची लागवड कमी झाली होती. कारण या काळात दुष्काळ, आणि उसावर मावा रोगराईचा प्रादुर्भाव मोठ्या प्रमाणात झाला होता. त्यामुळे गाळपक्षमता कमी झाली आहे.

महाराष्ट्रामध्ये साखर कारखान्यांची संख्या १९६०-६१ पासून सतत वाढत आहे. महाराष्ट्रात साखर उद्योग हा सहकारी आणि खासगी या मालकी तत्त्वावर चालत आहे. या कारखान्यांची स्थिती पुढीलप्रमाणे–

तक्ता क्र. ६.२

महाराष्ट्रातील साखर कारखान्यांची स्थिती

वर्ष	सहकारी साखर कारखाने	खासगी कारखाने	एकूण
१९६०	२०	१२	३२
१९७१	४८	११	५९
१९८१	७१	११	८२
१९९१	९३	८	१०१
१९९५	१०५	०४	१०९
२०००	१९७	-	१९७
२००५	२०२	-	२०२

या तक्त्यावरून स्पष्ट होते, की महाराष्ट्रात सहकारी साखर कारखान्यांची संख्या मोठ्या प्रमाणात वाढलेली आहे. कारण की (१) ऊसपिकाचे वाढलेले क्षेत्रफळ (२) ऊसपिकापासून हमखास उत्पन्न (३) ऊसपिकासाठी भांडवल पुरवठा, (४) उसाच्या तोडणीची जबाबदारी कारखान्यांची (५) ऊसपिकांच्या बाबत राजकारण (६) साखर कारखान्यातून विविध प्रकल्पांची निर्मिती (७) ऊसपिकाला रोगराईचा अभाव (८) हमखास उत्पादनाची खात्री (९) कमी श्रमात उत्पादन (१०) या कारणामुळे उसाचे क्षेत्रफळ वाढल्यामुळे कारखान्याची संख्या वाढली आहे. त्याचप्रमाणे सहकारी साखर कारखान्याची मक्तेदारी १९८० पर्यंत होती. त्यानंतर खासगी साखर कारखाने निघू लागल्यामुळे साखर कारखानदारी उद्योगात स्पर्धा मोठ्या प्रमाणात वाढलेली आहे.

६.३ सहकारी सूत गिरण्या -

महाराष्ट्र राज्यात सूत कापड उद्योग मुंबई प्रांतात स्वातंत्र्यपूर्व काळापासून चालत आलेला उद्योग आहे. प्रारंभीच्या काळी हा उद्योग मुंबई प्रांतात केंद्रित झालेला

आहे. कारण मुंबई प्रांतात कापसाचे उत्पादन मोठ्या प्रमाणात होत असे. शिवाय नैसर्गिक घटक म्हणून दमट हवामानामुळे सुती कापड उद्योग भरभराटीस आलेला आहे. त्याचप्रमाणे मुंबई हे आंतरराष्ट्रीय प्रवेशद्वार असून उत्तम बंदर आहे. शिवाय कापूस व कच्चा माल महाराष्ट्रात मोठ्या प्रमाणात उपलब्ध झाला आहे. त्यामुळे मुंबई या ठिकाणी सूत गिरण्या मोठ्या प्रमाणात निर्माण झाल्या आहेत, तसेच १९६० च्या सहकारी कायद्यानुसार महाराष्ट्रात ग्रामीण भागात सहकारी तत्त्वावर सूतगिरण्या मोठ्या प्रमाणात सुरू झालेल्या आहेत. शेतीतून उत्पादित होणारा कच्चा माल कापूस यावर प्रक्रिया करणारे उद्योग म्हणून सहकारी तत्त्वावर सुतगिरण्या निर्माण झाल्या आहेत. महाराष्ट्रामध्ये सहकारी तत्त्वावर सूतगिरण्यांची प्रगती मोठ्या प्रमाणावर झाली आहे, ते पुढील तक्ता क्र. ६.३ वरून स्पष्ट होते.

तक्ता क्र. ६.३

महाराष्ट्रातील सहकारी सूतगिरण्यांची प्रगती (रु. लाखात)

तपशील	१९७१	१९८१	१९९१	२००१	२००५
गिरण्या	१९	७०	१२५	२२९	१९०
उत्पादनातील गिरण्या	१५	२०	३१	४६	४८
भागभांडवल	९६२	२८४०	१७६३९	५८०४७	८६०५८
सभासद (हजारात)	८९२	१७८२	३३८५	६६९४	५३२१
उभारलेल्या चात्या (०००)	३२२२	१९२९७	१२० रोटर्स	१३६५६	१६०००
शासनाचे भांडवल	५९५	१३५६	१३५७४	४६००६	६७०४९

या तक्त्यावरून स्पष्ट होते, की महाराष्ट्रात सहकारी सूतगिरण्यांची संख्या १९ वरून १९० पर्यंत म्हणजे १० पटीने वाढलेली आहे. त्याचप्रमाणे सभासदसंख्या वाढलेली आहे. त्यांच्या उभारलेल्या चात्यांची संख्या वाढलेली आहे. कारण की महाराष्ट्रात आखूड व लांब या दोन्ही प्रकाराचा कच्चा माल कापूस उपलब्ध होत आहे. शिवाय महाराष्ट्रात सहकारी तत्त्वांची बीजे तळागाळात पोहोचली आहे. त्यामुळे सूतगिरण्या वाढलेल्या आहेत.

महाराष्ट्रात शेतमाल कापूस यावर प्रक्रिया करणाऱ्या सूतगिरण्यांची संख्या वाढलेली असून कापूस पिंजणी व कापूस गासड्या बांधणी संस्था निर्माण झाल्या आहेत. कारण महाराष्ट्रात कापूस या पिकाचे उत्पादन व क्षेत्रफळ पुढीलप्रमाणे वाढलेले आहे.

तक्ता क्रं. ६.४

कापूस पिकाचे उत्पादन व उत्पादकता

वर्ष	क्षेत्र हे.	उत्पादन	दर हेक्टरी उत्पादन कि. ग्रॅ.
१९६०-६१	२५००	२८४३	११४
१९७०-७१	२७५०	८२४	३०
१९८०-८१	२५५०	२०८१	८२
१९९०-९१	२७२१	३१८८	१२५
२००२-०३	२८००	४४१३	१५८

या तक्त्यावरून स्पष्ट होते, की महाराष्ट्रात कापसाचे क्षेत्र १९६०-६१ पासून २००२-०३ पर्यंत वाढलेले आहे. त्याचप्रमाणे उत्पादनात वाढ झालेली आहे. त्याचप्रमाणे दर हेक्टरी उत्पादकता वाढलेली आहे.

महाराष्ट्र शासनाने कापूस एकाधिकाराने खरेदी-विक्री योजना सुरू करून शेतकऱ्यांना हमी भाव दिला आहे. त्यामुळे सूतगिरण्यांना आवश्यक असणारा कच्चा माल मोठ्या प्रमाणात उपलब्ध होत आहे. त्यामुळे सूतगिरण्या निर्माण झाल्या आहेत.

सूतगिरण्यांबरोबरच कापूस पिंजणी व गासड्या बांधणी सहकारी संस्था स्थापन झाली आहे. त्यांची प्रगती पुढील तक्ता क्र. ६.५ मध्ये दर्शविली आहे.

तक्ता क्र. ६.५

कापूस पिंजणी व गासड्या संस्था प्रगती (रु. लाखात)

तपशील	१९७०-७१	१९८०-८१	१९९०-९१	२०००-०१	२००५
संस्था	६९	११०	२१३	२८९	२२९
उत्पादन करणाऱ्या	५९	१०३	२०१	२०४	१९०
सभासद (००)	६१४	१०५५	१९३७	२६९६	२६८८
भागभांडवल	१२०	२०८	५४०	८५५	८६६
पिंजणी केलेला कच्चा कापूस (०० टनात)	५७	६०८	३८६	६२४	७५५
बांधलेल्या गासड्या (०० टनात)	१०६	३३३	३५८	३६७	४४४
नफ्यांतील सोसायटी	१८	५१	७४	१००	७१
नफा	३	२०	६३	१९५	१६०
तोट्यातील संस्था	४४	४९	१२१	१६४	१३८
तोटा	१५	२०	१८३	३२३	२७७

टिप - १ गासडी = १७० कि. ग्रॅमप्रमाणे

या तक्त्यावरून स्पष्ट होते की सन १९७०-७१ पासून ते २००५-०६ पर्यंत कापूस पिंजणी व गासड्या सहकारी संस्थांच्या संख्येत अनुक्रमे ६९ वरून २२९ पर्यंत वाढ झाली आहे. म्हणजे ३.३ पटीने वाढ झाली आहे, तसेच उत्पादन करणाऱ्या संस्थेत ३.२२ पटीने वाढ झालेली आहे. त्याचप्रमाणे सभासदसंख्येत ४.३७ पटीने वाढ झाली आहे. तसेच पिंजणीच्या कापसाची १३ पटीने वाढ झालेली आहे. यावरून स्पष्ट होते, की महाराष्ट्रात या संस्थांची संख्यात्मक व गुणात्मक वाढ झालेली आहे.

६.३ - महाराष्ट्रातील दुग्ध व्यवसाय : शेती व्यवसायाला पूरक अशा पशुपालनाचा जोड व्यवसाय परंपरागत चालत आला असून शेती उद्योगाचा अविभाज्य भाग बनला आहे. सीमान्त अल्पभूधारक, शेतकरी, शेतमजूर यांना आपल्या धंद्यातून मिळणारे उत्पन्न अतिशय तुटपुंजे असते त्यातून कौटुंबिक खर्चही भागत नाही. दूध व्यवसायातून दैनंदिन खर्च भागविता येईल. दुग्धव्यवसायातून स्वत:चा प्रपंच चालविता येईल. त्याचप्रमाणे कुटुंबाचा आहार, पोषण व आरोग्य टिकविण्याकरिता दुग्धव्यवसाय महत्त्वाचा मानला जातो. त्याचप्रमाणे दुग्धव्यवसायाकरिता कच्चा माल शेतीतून मिळतो, जनावरांचे खाद्य विकत आणावे लागत नाही, तसेच शेतीला आवश्यक शेणखतांचा पुरवठा होऊन शेतीची उत्पादकता वाढते. शिवाय हा व्यवसाय लहान प्रमाणात असल्याने त्यासाठी कमी भांडवल लागते. शिवाय धोकाही कमी असतो. त्यामुळे दुग्धव्यवसायाची मोठ्या प्रमाणात वाढ झाली आहे.

कृषिमंत्री शरद पवार यांच्या मते महाराष्ट्रातील विदर्भ व मराठवड्यात शेती व्यवसायाला जोड व्यवसाय दुग्धव्यवसाय नसल्यामुळे शेतकऱ्यांच्या आत्महत्या झाल्या आहेत. तशा आत्महत्या पश्चिम महाराष्ट्रात झाल्या नाहीत. कारण शेती व्यवसाय दुष्काळामुळे तोट्यात आला तरी दुग्धव्यवसायाने शेतकऱ्यांना तारले आहे. त्याचप्रमाणे विदर्भाच्या आत्महत्यांचा अभ्यास करण्याकरिता एकसदस्य समिती डॉ. नरेंद्र जाधव यांची होती. त्यांच्या मते शेतीला जोडव्यवसाय असेल तर शेतकऱ्यांच्या आत्महत्या रोखता येतील. त्यासाठी दुग्धव्यवसायाला प्राधान्य देणे महत्त्वाचे आहे. म्हणून दुग्धव्यवसायाला महाराष्ट्रात महत्त्वाचे स्थान आहे.

महाराष्ट्रात दुग्धोउत्पादन मुख्यत: गाय व म्हैस या दोन प्रकारच्या जनावरांपासून मिळते. शेळी, मेंढी यांपासून थोड्या प्रमाणात दुग्धोउत्पादन मिळते. म्हणून महाराष्ट्रात दुग्धोत्पादन वाढीला गाय व म्हैस या पशुधनास महत्त्वाचे स्थान आहे.

महाराष्ट्रामध्ये दुग्धव्यवसाय हा सहकारी व खासगी या स्वरूपात चालत आहे. महाराष्ट्रात १९७० पर्यंत शासकीय दूधपुरवठा योजना मोठ्या प्रमाणात होती. तसेच सहकारी दुग्धसंस्थांचा विकास झाला आहे.

महाराष्ट्रामध्ये सहकारी, खासगी व शासकीय अशा तीन स्वरूपात दुग्धव्यवसाय

चालत आहे. महाराष्ट्रामध्ये दुग्ध सहकारी संघ व दुग्ध सहकारी संस्था यांच्या प्रगतीवरून दुग्धव्यवसायाची उलाढाल पुढील तक्ता क्र. ६.६ स्पष्ट होते.

तक्ता क्र. ६.६

महाराष्ट्रातील सहकारी दूध संघ (रु. लाखात)

तपशील	१९६१	१९८१	२००१	२००५
संघसंख्या	१९	९०	६५	८५
सभासद संख्या (हजार)	२०	१६१	४६,८३५	४८,१९७
भागभांडवल	१	३९१	४७२५	८८२०
दूधसंकलन किंमत	७	१००७	२२७०९	९८३३
दूध व दुग्धजन्य पदार्थ विक्री किंमत	८	८८३१	१,३१,११०	५९,६८७
नफ्यातील संस्था	०६	५१	४२	४५
नफा	०.०९	२९	१३०१९	१२६६
तोट्यातील संस्था	०९	३०	२२	४१
तोटा	०.२५	५२	७६४२	८७२

वरील तक्त्यावरून स्पष्ट होते की सन १९६१ ते २००५ पर्यंत दूध संघाची संख्या ४.५ पटीने वाढलेली आहे. त्याचप्रमाणे दूधउत्पादक सभासदसंख्या २० लाखांवरून ४८,१९७ लाखांवर गेलेली आहे. म्हणजे त्यात लक्षणीय वाढ झालेली आहे. दूधसंकलन ७ लाख रु. वरून ९८३३ लाख रुपयांपर्यंत वाढलेले आहे. तसेच दूध व दुग्धजन्य पदार्थांच्या विक्रीत वाढ झाली आहे. दूध संघाच्या नफ्यातील संस्थांचे प्रमाण वाढलेले आहे. परंतु सन १९८१ मध्ये ५१ संख्येवरून सन २००१ पर्यंत ही संख्या घटून ४२ झाली आहे. कारण की दूध संस्थेमध्ये भ्रष्टाचार, दूधभेसळ प्रमाण यांमुळे नफ्यातील संस्था कमी झाल्या आहेत. तसेच सन १९९१ च्या जागतिकीकरणामुळे परकीय देशाचे दूध भारतात कमी किंमतीत येऊ लागले होते. त्यामुळे आपल्या दुधाची विक्री कमी झाली होती. त्यामुळे नफा कमी झालेला आहे. त्यामुळे तोट्यातील संस्थांचे प्रमाण वाढलेले दिसत आहे.

महाराष्ट्रात शेतीला जोडव्यवसाय म्हणून दुग्धव्यवसायाचे मोठ्या प्रमाणात जाळे पसरले आहे. ग्रामीण भागात दूध संघाच्या माध्यमातून दूधसंकलन करण्यासाठी खेडोपाडी दूध सोसायट्या निर्माण झालेल्या आहेत. या सोसायट्यांच्या माध्यमातून दूधसंकलन करून दूध संघामार्फत प्रक्रिया करून ग्राहकांना वितरण केले जाते. या दूधसंकलन करणाऱ्या सोसायटीची प्रगती पुढील तक्ता क्र. ६.७ मध्ये दर्शविली आहे.

तक्ता क्र. ६.७

दूध संस्थांची प्रगती (रु. लाखात)

तपशील	१९६१	१९८१	२००१	२००५
संख्या	४३१	७८१९	२२४६६	२६४९९
सभासद संख्या (हजार)	१५५	७०३०	१५१८२	१८,१५,८६१
भागभांडवल	९	२८८	६५९४	२४१६
दूधसंकलन किंमत	६७	८५३१	३२,३४,९४१	१,०९,९४६
दूध व दुग्ध पदार्थ विक्री किंमत	६९	९१३२	३४,०३,४०३	६४९५४
नफ्यातील संस्था	१५६	४०९१	१२२६७	१२६१७
नफा	०२	१९७	१०७५८	१२३१
तोट्यातील संस्था	१३३	२०२३	९६३४	१२४७२
तोटा	०.३३	२६	६५४२	४७३

या तक्त्यावरून असा निष्कर्ष येतो, की दूध संस्थांची प्रगती झालेली दिसत आहे. परंतु १९६१ ते २००५ पर्यंत विचार करता नफ्यातील संस्थांचे प्रमाण घटत असून तोट्यातील संस्थांचे प्रमाण वाढत चाललेले आहे.

६.४ शेळीपालन व्यवसाय : भारत देशात ग्रामीण भागातील अल्प, सीमान्त, भूधारक, शेतमजूर व दारिद्र्यरेषेखालील कुटुंबे यांना जोडव्यवसाय म्हणून शेळीपालन हा व्यवसाय फायदेशीर आहे. कमी श्रमात जास्तीत जास्त लाभ मिळवून देणारा व्यवसाय आहे.

शेळीपालनाबाबत जगात भारत प्रथम क्रमांकावर असून महाराष्ट्रात ८ लाख शेळ्या आहेत. तसेच सालेन व अल्पाईन या जातीच्या परदेशी शेळ्या असून जमनापुरी या जातीच्या शेळ्या दुधाकरिता प्रसिद्ध आहेत. त्याचप्रमाणे शेळ्यांपासून मांस आणि दूध याबरोबर कंपोस्ट खत असे दुहेरी फायदे मिळतात. शिवाय शेळ्यांकरिता शेतजमिनीत वेगळा चारा व्यवसाय करावा लागत नाही. बांधावरील आणि शेतीतील पिकातील गवत चारा म्हणून चालतो. त्याचप्रमाणे बाभूळ, चिंच, पिंपळ, शेवरी, बोर, अंजन या झाडांचा पाला चारा म्हणून उपयोगात आणला जातो. त्याचप्रमाणे शेळी व्यवसाय करण्याकरिता भांडवल कमी लागते, जागा कमी लागते, भाकडकाळ कमी असतो. शेळी वर्षातून दोन वेळा विते. तसेच वितांत जुळ्या करडांना जन्म देते. तसेच शेळीचे दूध पचनास हलके असून बालसंगोपनास उपयुक्त ठरते. याकरिता शेळीपालन व्यवसाय फायदेशीर आहे.

शेळीपालनाचा व्यवसाय हा दोन प्रकारे चालतो. एक म्हणजे बंदिस्त शेळीपालन होय- यामध्ये १००% बंदिस्त असतात, तर काही अंश बंदिस्त. काही अंशत: मोकळे या स्वरूपात असतो.

६.५ मेंढीपालन : महाराष्ट्रातील गरीब शेतकऱ्यांना, शेतमजुरांना शेतीबरोबर करता येण्यासारखा पूरक व उत्कृष्ट व्यवसाय मेंढीपालन आहे. मेंढी व्यवसायास भारतीय अर्थव्यवस्थेत महत्त्वाचे स्थान आहे कारण मेंढीपासून मांस, लोकर, दूध, कातडी, खत, हाडे, आतडी इत्यादींपासून उत्पन्न प्राप्त होते. तसेच या व्यवसायातून रोजगारनिर्मिती होते आणि परकीय चलन मिळण्यास मदत होते. तसेच मेंढीपालनास कमी कामगारवर्ग लागतो, चाऱ्यासाठी स्वतंत्र्य शेतजमीन लागत नाही. तसेच मेंढ्या मान घालून चरत असल्यामुळे उभ्या पिकांची हानी करीत नाही. उलट पिकातील तण फस्त करून शेत स्वच्छ करतात. मेंढीच्या लेंडी व मूत्राचा जमिनीस फायदा मिळून सुपीकता वाढते. त्यामुळे दर हेक्टरी उत्पादकता वाढते.

भारतामध्ये मेंढ्यांना वेगवेगळ्या नावाने ओळखले जाते. महाराष्ट्रात मेंढ्यांना दक्षिणी, डेल्कनी किंवा देशी अशा नावाने ओळखले जाते. महाराष्ट्रात मेंढ्यांच्या लोकरीपासून घोंगडी (कांबळी) तयार करण्याचा व्यवसाय खेड्यातून चालत आहे. मेंढ्यांच्या लोकरीची प्रत सुधारण्यासाठी मध्यवर्ती शेतकी सुधारणा संशोधन समितीमार्फत महाराष्ट्रात सिलेक्टेड डेक्कनी मेरिनो, डेक्कन रॅम्ब्यूलेट, दक्षिण पाटणवाडी या जाती विकसित केल्या आहे. तसेच पुणे, महूड (सोलापूर), चाळीसगाव (धुळे), पठेगाव (औरंगाबाद), अंबेजोगाई (बीड), हिंगोली (परभणी), मुखेड (नांदेड), उदगीर व तुळजापूर (उस्मानाबाद) इत्यादी ठिकाणी महाराष्ट्रात राज्यातर्फे संशोधन केंद्र चालविले जात आहे. धुळे येथे रेमंडवूलन मेंढी फार्ममध्ये उत्कृष्ट प्रतीच्या लोकरनिर्मितीसाठी भारतीय ऑस्ट्रेलियन मेरिनो या संकरित जातीच्या मेंढ्या विकसित केल्या जात आहे.

अशा प्रकारे महाराष्ट्राच्या जडणघडणीत शेळी-मेंढीपालन व्यवसायाने मोलाची भर टाकली आहे. संयुक्त महाराष्ट्राच्या स्थापनेपासून शेळी-मेंढीपालनात प्रगती झालेली आहे. हे तक्ता क्र. ६.८ वरून स्पष्ट होते.

तक्ता क्र. ६.८

शेळी-मेंढीपालन प्रगती (हजारात)

सन	संख्या	दर शंभर हे. चराई क्षेत्रामागे
१९६१	७२७३	५१२
१९७२	८०३८	४९१
१९८२	१०,३७६	६७३
१९९२	१३,०१५	९४०
२००३	१३६२४	१०१६
२००७	१४२६२	१०६४

या तक्त्यावरून असे स्पष्ट होते, की महाराष्ट्रात शेळी-मेंढी यांची संख्या गेल्या ५० वर्षांत दुपटीने वाढलेली असून दर शंभर हेक्टर चराई क्षेत्राचे प्रमाण दुप्पट झालेले आहे. म्हणजे महाराष्ट्रात शेळी-मेंढीपालन व्यवसायाची वृद्धी होत आहे.

६.६ कुक्कुटपालन : पूर्वी ग्रामीण महिलांपुरताच मर्यादित व्यवसाय असलेल्या या व्यवसायात क्रांतिकारक बदल झालेला आहे. शेतीपूरक व्यवसाय म्हणून बहुसंख्य शेतकरी आणि सुशिक्षित बेरोजगार युवकांनी कुक्कुटपालन व्यवसायातून शेतकऱ्यांचा सामाजिक व आर्थिक स्तर उंचावत आहे. शेतमालाचे भाव सतत बदलत असल्यामुळे शेती व्यवसायात अनिश्चितता वाढली असून शेती तोट्यात जात आहे. त्यामुळे कुक्कुटपालनात शेतकऱ्यांनी आपले बस्तान बसविले आहे. आधुनिक काळात या व्यवसायात महिलांची संख्या उल्लेखनीय दिसून येते. या व्यवसायातून रोजगार संधी उपलब्ध झाल्या आहेत.

ग्रामीण भागात अल्प भांडवलात हा उद्योग करता येत असल्यामुळे त्याचा झपाट्याने प्रसार व विस्तार झाला आहे. हा व्यवसाय पूर्वीप्रमाणे फक्त उदरनिर्वाह स्वरूपाचा न राहता मोठ्या प्रमाणात व्यवसायिक स्वरूपाचा झालेला आहे. जातिवंत कोंबड्या पाळून त्यापासून भरपूर प्रमाणात अंडी व मांस मिळविले जात आहे. अंड्यामध्ये मोठ्या प्रमाणात प्रथिने असलेले सकस अन्न असून यामध्ये भेसळ करता येत नाही. त्याचप्रमाणे अंडी व मांसव्यतिरिक्त सेंद्रिय खत मोठ्या प्रमाणात मिळत आहे. त्यामुळे शेतीची प्रत सुधारण्यास मदत होऊन दर हेक्टरी उत्पादकता वाढलेली आहे.

महाराष्ट्रात कुक्कुटपालन व्यवसायाची सर्व माहिती मुंबई केंद्रात उपलब्ध असून ग्रामीण भागात पुणे जिल्ह्यात बारामती ॲग्रो आणि व्यंकटेश हॅचरिज या केंद्रांकडे उपलब्ध आहेत. कुक्कुटपालन व्यवसाय हा खासगी पद्धतीने, सहकारी तत्त्वावर चालविला जातो. या व्यवसायात संकरित जातीमुळे अंडी उत्पादन व मांस उत्पादनात कमालीची वाढ झालेली आहे. अलीकडील काळात दोन भारी जातीच्या संकरामुळे संकरित जातीची पिल्ले निर्माण झाली आहेत. व्हाईट रॉक, व्हाईट वाईन डॉट, लाईट सरोवर, ऱ्होड आयलंड रोड, ऑस्ट्रेलिया, व्हाईट कारनिश इत्यादी जातींचे संकर केले जात आहे. संकर करण्यासाठी विविध उद्योग केंद्रांमध्ये संशोधन केंद्रे उभारली आहेत. त्या केंद्रांतून संकर होणाऱ्या संकरित जातीची गुप्तता पाळली जात आहे.

आधुनिक काळात भाजीपाला म्हणून अंड्यांची मागणी मोठ्या प्रमाणात वाढली आहे. महाराष्ट्रात सन १९६० पासून कुक्कुटपालन व्यवसायात उत्क्रांती झालेली दिसते. पुढील तक्ता क्र. ६.९ वरून या व्यवसायाची प्रगती स्पष्ट होते.

तक्ता क्र. ६.९

कुक्कुटपालन व्यवसायाची प्रगती

वर्ष	एकूण कोंबड्या (हजारात)
१९६१	१०,५७८
१९८२	१९,८४५
१९९२	३२,१८७
२००३	३४,५९६
२००७	२३,४६५

या तक्त्यावरून स्पष्ट होते की, महाराष्ट्रात १९६१ ते २००३ पर्यंत कोंबड्यांची संख्या लक्षणीयरीत्या वाढलेली आहे. परंतु २००७ मध्ये ती कमी झालेली आहे. कारण बर्ड फ्ल्यू या साथीने हा व्यवसाय धोक्यात आलेला होता; परंतु सरकारी अनुदानांमुळे या व्यवसायाने उभारी घेतलेली आहे.

महाराष्ट्रात सुधारित जातीच्या कुक्कुटवर्गीय पक्ष्यांच्या संख्येत अलीकडच्या काळात लक्षणीय वाढ झालेली आहे. कुक्कुट विकासाचा कार्यक्रम प्रामुख्याने चार मध्यवर्ती अंडी उबवणी केंद्र १६ सधन कुक्कुट विकास गट आणि दोन कुक्कुट विस्तार केंद्रे याद्वारे राबविला जातो. सहकारी तत्त्वावर कुक्कुटपालन सहकारी संस्था स्थापन करण्यास मंजुरी दिली आहे. सध्या ७३ प्रकल्प कार्यरत आहेत. या व्यवसायास सरकारमार्फत अनुदान दिले जात असल्यामुळे तो प्रगतिपथावर आहे. सदर व्यवसाय घरगुती स्वरूपात न करता व्यापारी तत्त्वावर केला जात आहे.

६.७ शहामृगपालन (इमू) : आधुनिक काळात अतिशय वेगाने विकसित होणारा शेतीस जोडव्यवसाय म्हणून शहामृगपालन आहे. शहामृगपालनाचा व्यवसाय करणारे प्रथम राष्ट्र आस्ट्रेलिया असून त्यानंतर अमेरिका, युरोप या राष्ट्रांत तो सुरू झालेला आहे. भारतामध्ये २००० सालानंतर सुरू झालेला व्यवसाय आहे. महाराष्ट्रात २००५ पासून या व्यवसायाचा ऊहापोह सुरू झालेला आहे.

इमूपासून अतिशय मऊ मजबूत व टिकाऊ कातडी सर्व प्रकारच्या रंगात मिळते. तसेच पायाची कातडी सुंदर असून नक्षीदार असल्यामुळे महागडे बूट, पर्सेस या वस्तू त्या कातड्यापासून बनविल्या जातात. इमूचे मांसात कोलस्टेरॉलचे प्रमाण कमी असून हृदय बळकट करणारे रेडमिट म्हणून मोठ्या प्रमाणात लोकांच्या पसंतीला उतरले आहे. इमूचे तेल अतिशय गुणकारी व औषधी आहे. या तेलाच्या उत्पादनापासून शेतकऱ्यांना उत्पन्न मिळू शकते. इमूची पिसे मुळात अतिशय सुंदर व मुलायम असल्यामुळे फॅशनसाठी, शोभिवंत वस्तू बनविण्यासाठी,

कृषी उद्योग व जोड व्यवसाय ▮ ६७

इंटिरिअर डेकोरेशनसाठी वापरली जातात. त्यातून रोजगारनिर्मिती मोठ्या प्रमाणात होत आहे. म्हणून ग्रामीण भागात इमू हा सोन्याची अंडी मिळवून देणारा व्यवसाय आहे. महाराष्ट्रात हा व्यवसाय मोठ्या प्रमाणात वाढत असून या व्यवसायास वित्तसंस्थांकडून वित्तसाह्य प्राप्त होऊ लागले आहेत. त्यामुळे या व्यवसायास अतिशय उज्ज्वल भवितव्य आहे.

६.८ रेशीम उद्योग : ग्रामीण भागातील बेकारी व अर्धबेकारी घालवण्यासाठी आणि रोजगारनिर्मितीची संधी प्राप्त करण्यासाठी शेतीला जोडव्यवसाय म्हणून रेशीम उद्योग महत्त्वाचा आहे. शहरी भागात रोजगारनिमित्ताने अनेक लोक स्थानांतर होऊन सामाजिक व आर्थिक प्रश्न निर्माण होतात. ग्रामीण भागात रोजगार निर्माण करणारे रेशीम उद्योगामुळे सामाजिक व आर्थिक प्रश्न सुटू शकतात. शिवाय हा व्यवसाय कमी खर्चात सहज व सोप्या पद्धतीने करता येणारा व्यवसाय असून कमी श्रमात जास्त फायदा मिळवून देणारा आहे.

महाराष्ट्रात रेशीम उद्योगासाठी हवामान चांगले असून उद्योगवाढीसाठी संधी उपलब्ध आहेत. महाराष्ट्रात हे घटक राज्य अपारंपरिक रेशीम उद्योगात प्रथम क्रमांक असून ५०% उत्पादन करणारे राज्य आहे. रेशीम उद्योगात तुतीची लागवड करून रेशीम कोषाचे उत्पादन करतात. तसेच उत्पादित झालेल्या कोषावर प्रक्रिया करून धागानिर्मिती केली जाते. एक हेक्टर तुती लागवडीपासून ते कापडनिर्मितीपर्यंतच्या प्रक्रियेमध्ये प्रत्यक्षरित्या १३ लोकांना रोजगार उपलब्ध होतो, तर अप्रत्यक्षरित्या तेवढ्याच लोकांना रोजगार प्राप्त होतो.

रेशीम उद्योगासाठी महाराष्ट्रात २३ जिल्ह्यांत तुती लागवड विकास कार्यक्रम राबविला असून चार जिल्ह्यांत तसर रेशीम विकास कार्यक्रमाची अंमलबजावणी केली आहे. हे चार जिल्हे म्हणजे विदर्भातील गडचिरोली, चंद्रपूर, भंडारा आणि गोंदिया हे आहेत. महाराष्ट्रात रेशीम व्यवसायापासून तुतीची लागवड, उत्पादन आणि रोजगारनिर्मिती कितपत झाली याचे विश्लेषण खालील तक्ता क्र. ६.१० मध्ये दर्शविले आहे.

पुढील तक्त्यावरून स्पष्ट होते, की महाराष्ट्रात तुतीचे रेशीम व तसर रेशीम या उद्योगामुळे ५७६६५ लोकांना रोजगारनिर्मिती प्राप्त झालेली आहे. तसेच १५००० लोकांना रोजगार प्राप्त झालेला आहे. तुतीच्या लागवडीखालील क्षेत्रात वाढ ५४.१% ने झालेली आहे. त्याचप्रमाणे कोष उत्पादनात ५४.६% वाढ झाली आहे. आणि तसर रेशीम कोषाच्या उत्पादनात ७.३% वाढ झालेली आहे. म्हणजे शेतीस इतर पूरक व्यवसायापेक्षा रेशीम व्यवसाय मोठ्या प्रमाणात करण्यास संधी आहे. त्यामुळे रोजगारनिर्मितीत वाढ होत आहे.

तक्ता क्र. ६.१०

तपशील	तुतीचे रेशीम				तसर रेशीम			
	२००६-०७	२००७-०८	२००८-०९	शेकडा बदल	२००६-०७	२००७-०८	२००८-०९	शेकडा बदल
१) लागवडीखालील क्षेत्रफळ (हेक्टर)	२६६९	४२१२	४४१२	५४.१	१८५१९	१८५१९	१८५१९	०.०
२) कच्चा रेशीम उत्पादन (मे. टन)	१५.३१	२०.८८	१९.६२	३६.४	४.३०	०.७५	०.७८	(-) ८२८०
३) पुरवठा DFL (लाखांत)	१७.४७	२७.९९	२६.५६	६०.२	२.८९	४.०७	४.७५	४०.८
४) कोष उत्पादन	७६६ मे. टन	१,१८४ मे. टन	११०९ मे. टन	५४.६	८६.६५ लाख	९२.९५ लाख	१०८.९४ लाख	७.३
५) रोजगारनिर्मिती संख्या	३५,०००	५२,७५०	५७,६६५	५०.७	२७.७००	१३०६०	१५०००	(-) ५२.९

DFL3 = Diseuse free Layings.

६.९ मत्स्यव्यवसाय : महाराष्ट्र राज्यात ७२० कि. मीटरचा समुद्रकिनारा लाभलेला असल्यामुळे मत्स्यव्यवसायाचे महत्त्व वाढत आहे. या व्यवसायातून बऱ्याच लोकांना रोजगार प्राप्त होत आहे. त्याचप्रमाणे महाराष्ट्राची अर्थव्यवस्था बळकट करण्यात या व्यवसायाचा मोलाचा वाटा आहे. मत्स्यव्यवसायातून इतर मासळी व्यवसाय चालतात. तसेच मानवी आहारात माशांचा उपयोग मोठ्या प्रमाणात होत आहे.

आधुनिक काळात वाढत्या लोकसंख्येला पुरेल इतके अन्नोत्पादन करण्यासाठी जमीन पुरणार नाही. परंतु मानवाच्या आहारात माशांचा समावेश झाल्यामुळे अन्नासाठी जमिनीवरील भार कमी झाला आहे. त्यामुळे सरकार पातळीवर माशांच्या या व्यवसायात कोकण किनारपट्टीतील लोक मोठ्या प्रमाणात उदरनिर्वाह करीत आहेत. दैनंदिन आहारात माशांचा वापर केला जात आहे. म्हणून महाराष्ट्रासारख्या पुरोगामी विचारांच्या राज्याला शेतीबरोबर जोड व्यवसाय म्हणून हा व्यवसाय मान्य पावला आहे. हा व्यवसाय महाराष्ट्राच्या आर्थिक विकासात महत्त्वपूर्ण योगदान करीत आहे.

मत्सव्यवसाय हा दोन प्रकारे चालतो. एक म्हणजे सागरी मासेमारी आणि दुसरी अंतर्गत मासेमारी होय. महाराष्ट्राला ७२० कि. मीटरचा समुद्र लाभलेला असल्यामुळे मोठ्या प्रमाणात हा व्यवसाय चालतो. सागरी मासेमारी ही समुद्रालगत आणि खोल पाण्यात चालत आहे.

अंतर्गत मासेमारी ही नद्या, नाले, तलाव, सरोवरे या गोड्या व खाऱ्या पाण्यात चालते. महाराष्ट्रात कृष्णा, कोयना, भीमा, गोदावरी, नर्मदा, कावेरी, नीरा या नद्यांच्या पात्रात चालते. तसेच उजनी जलसागर, कोयना, भाटघर, वीर, वारणा, राधानगरी अशा जलसागरांतून चालत आहे. तसेच जिल्ह्यातील तलावात आठमाही स्वरूपाचा मासेमारी व्यवसाय चालत आहे.

महाराष्ट्र राज्यात मासळीचे उत्पादन १२% होत असून मुंबई, रत्नागिरी, अलिबाग ही प्रमुख केंद्रे आहेत. यामध्ये म्यूलेट, मॅकरेल, टूना ज्यूफिश असे सागरी मासे पकडले जातात. महाराष्ट्रातील एकूण मत्स्यउत्पादनापैकी ९०% उत्पादन खाऱ्या पाण्यातील मासेमारीतून मिळते. महाराष्ट्राचा भारतात मत्स्यउत्पादनाबाबत प्रथम क्रमांक असून महाराष्ट्राच्या किनारपट्टीच्या समुद्रात रावस, सुरमई, पापलेट, सिंगाडा, वाम, कोळंबी, करली इ. जातीचे मासे सापडतात.

महाराष्ट्रात मासेमारी व्यवसायाने समुद्राचे १.१२ लाख चौ. कि.मी. क्षेत्र व्यापले आहे, तर अंतर्गत ३.०१ लाख हेक्टर आणि पाण्यातील ०.१९ लाख हे. क्षेत्रफळ व्यापले आहे. महाराष्ट्रात समूहातील व अंतर्गत मासेमारी व्यवसाय प्रगतिपथावर आहे. हे पुढील तक्ता क्र. ६.११ वरून स्पष्ट होते.

तक्ता क्र. ६.११
मासेमारी व्यवसायाची प्रगती

तपशील	२००६-०७	२००७-०८	२००८-०९ (डिसेंबर ८ पर्यंत)	टक्केवारी
१) एकूण मासे उत्पादन	५.९	५.४	४.६	-८.५
A) समुद्र	४.६ लाख टन	४.१ लाख टन	३.६ लाख टन	-१०.९
B) अंतर्गत	१.३ लाख टन	१.३ लाख टन	१.० लाख टन	०.०
२) एकूण मूल्य	२०४५ को.	२२६१ को.	-	१०.६
१) समुद्र	१४२३ को.	१५०६	-	५.८
२) अंतर्गत	६२२	७५५	-	२१.४
३) निर्यात				
१) संख्या	१.४ लाख टन	१.० लाख टन	०.५ लाख टन	-२८.६
२) निर्यात किंमत	१३४७ को.	१२३७ को.	६८६ को.	-८.२
४) समुद्रातील नौकांची संख्या	२४६४४	२६१९५	२७८१२	६.३
त्यापैकी यांत्रिक नौका	१४५५४	१४६६६	१४४६९	०.८
५) सागरी मासे उतरविण्याचे केंद्र	१८४	१८४	१८४	०.०

या तक्त्यावरून स्पष्ट होते, की महाराष्ट्रात मासे उत्पादनाचे प्रमाण वाढलेले असले तरी सन २००८-०९ डिसेंबर २००८ अखेरपर्यंत उत्पादन कमी दिसते परंतु महिन्यातील उत्पादनाचा कालावधी आहे. मासेमारीची निर्यात वाढवून निर्यातमूल्यही वाढलेले आहे. तसेच मासे पकडण्यासाठी नौकांची संख्या ६.३% ने वाढलेली आहे.

महाराष्ट्रात समुद्रात व अंतर्गत मासेमारी व्यवसाय करण्यासाठी व विक्री करण्यासाठी सहकारी मच्छमारी संस्था निर्माण झालेल्या आहेत. त्यांची प्रगती मोठ्या प्रमाणात होत आहे. मासेमारी सहकारी संस्थांची निर्मिती मोठ्या प्रमाणात झाल्यामुळे मासेमारीविक्रीत वाढ झालेली आहे. हे तक्ता क्र. ६.१२ वरून स्पष्ट होते.

तक्ता क्र. ६.१२
मच्छीमारी सहकारी संस्था (मध्यवर्ती व प्राथमिक) (रु. लाखात)

तपशील	१९६१	१९८१	२००१	२००५
संख्या	१५८	७१२	२४२०	२६८०
सभासद संख्या	२८१ हजार	१०५० हजार	३२०५ हजार	४२०१ हजार
भागभांडवल	५	३९५	८५०	१३७०
देय कर्जे	१९	४२५	३२१०	४१५५
पकडलेली मासळीची किंमत	९	७५	५८४९	१२१५०
मासळी व उत्पादन विक्री	२६	५७६	९५२४	१२९००
नफ्यातील संस्था	९३	२८९	१४५२	१९९०
नफा रु.	३	५२	१०९९	१०९०
तोट्यातील संस्था	३०	३३१	९६८	६९०
तोटा रु.	-	१२	५६	४५

या आकडेवारीवरून स्पष्ट होते, की मच्छीमारी सहकारी संस्थांची संख्या १९६१ पासून २००५ अखेरपर्यंत १६.९६ पटीने वाढलेली आहे. तसेच सभासदसंख्या १५ पटीने वाढलेली आहे. पकडलेल्या मासळीची किंमत ९ वरून १२५० रु. पर्यंत वाढलेली आहे. नफा व नफ्यातील संस्थांची संख्या वाढलेली आहे. तसेच तोट्यातील संस्था वाढलेल्या असल्या तरी २००१ ते २००५ या काळातील तोटा व तोट्यातील संस्थांची संख्या कमी दिसते. म्हणजे हा व्यवसाय भरभराटीस येण्यास वाव आहे. कारण महाराष्ट्रास नैसर्गिक बंदर लाभलेले आहे.

६.१० कृषिपर्यटन : शेतकऱ्यांना जोड व्यवसाय म्हणून अलीकडील काळात विकसित होत असलेला व्यवसाय कृषिपर्यटन हा आहे. ग्रामीण भागात शहरी भागातील लोकांना शांत जीवन जगण्याची संधी मिळवून देणारा हा व्यवसाय आहे. या व्यवसायातून मोठ्या प्रमाणात रोजगार उपलब्ध होत असून ग्रामीण संस्कृतीचे दर्शन शहरी भागातील लोकांना व्हावे या उद्देशाने कृषिपर्यटन व्यवसाय वाढीस लागला आहे. महाराष्ट्र शासनाच्या कृषिउद्योग धोरणात कृषिपर्यटन व्यवसायाचा समावेश केला आहे. शहरी भागात दिवसेंदिवस संपत्ती वाढू लागली आहे. या संपत्तीचा ओघ ग्रामीण भागात आणण्याकरिता व शहरी सामाजिक स्वास्थ्य टिकविण्याकरिता हा व्यवसाय केला जात आहे.

कृषी पर्यटनाद्वारे स्थानिक कारागीर, शेतकरी यांच्याशी थेट संवाद साधता येतो. तसेच त्यांचे उत्पादन बाजारभावापेक्षा कमी किमतीत खरेदी करता येते. शेतकऱ्यांना जोड व्यवसाय मिळाला असल्यामुळे शेतकऱ्यांच्या उत्पन्नात वाढ होत आहे. कृषी पर्यटनामुळे शेतकऱ्यांना शहरी भागातून एक सामाजिक प्रतिष्ठेची वागणूक मिळू लागली आहे. तसेच ग्रामीण जीवनपद्धती आणि लोककला यांना पूर्नजीवन मिळाले आहे. या कारणामुळे कृषीपर्यटन व्यवसाय जोमाने वाटचाल करीत आहे.

कृषीपर्यटन व्यवसायामध्ये मनोरंजन कार्यक्रम, पर्यटकांना प्रत्यक्ष शेतीवर भेटी, मर्यादित पाहुणचार, ग्रामीण लोककलांची परंपरा व वारसा यांची ओळख, निवांत ठिकाणी झोपडीत निवासाची व्यवस्था, विविध कृषी उद्योग व्यवसाय इत्यादी बाबी अंतर्भूत असतात. त्याचप्रमाणे पोहण्याचे ठिकाण, औषधी वनस्पतींचे प्लॉट, पक्ष्यांचे थवे, विविध अन्नधान्य व फळबाग यांची लागवड अशा गोष्टी असतात. तसेच बैलगाडीतून फेरफटका मारण्याची व्यवस्था केली जात आहे. त्याचप्रमाणे घोडेस्वारी, सायकल चालविणे आणि घरगुती पद्धतीचे खाद्यपदार्थ अशा गोष्टी केल्या जातात. त्यामुळे शहरी भागातील लोक साप्ताहिक किंवा इतर सुट्टीच्या दिवशी कृषी पर्यटन केंद्राकडे आकर्षित होतात. त्यामुळे शेतकऱ्यांच्या उत्पन्नात भर पडत आहेत.

महाराष्ट्रात सध्या ८० कृषी केंद्रे विविध जिल्ह्यांत उभारण्यात आली आहेत. या व्यवसायाचा प्रसार मोठ्या प्रमाणात झाल्यास भविष्यात रोजगारवृद्धी करण्यास फार मोठी संधी आहे.

■

प्रकरण ७

महाराष्ट्रातील शेतीविकास योजना

प्रस्तावना : महाराष्ट्र शासनाने शेतीविकास करण्याकरिता विविध योजना आखून अंमलबजावणी केलेली आहे. महाराष्ट्रात त्याकरिता कृषी विभाग वेगळा करण्यात आला आहे. या विभागास १२५ वर्षे पूर्ण झालेली आहेत. महाराष्ट्रातील कृषी विभागाच्या योजनांची अंमलबजावणी करण्याचे स्तर पुढीलप्रमाणे आहेत.

कृषी विभाग

(१) मंत्रालय स्तर

१) कॅबिनेट मंत्री
२) राज्यमंत्री
३) सचिव
४) सहसचिव
५) उपसचिव

(२) राज्य स्तर

१) प्रादेशिक मृद सर्वेक्षण अधिकारी
२) कृषी आयुक्त
३) अपर कृषी संचालक
४) कृषी सहसंचालक

(३) विभागीय स्तर

१) विभागीय कृषी सहसंचालक ठाणे, नाशिक, पुणे, कोल्हापूर, औरंगाबाद, लातूर, अमरावती, नागपूर

४) जिल्हा स्तर

१) मुख्य कार्यकारी अधिकारी
२) प्रमुख कृषी अधिकारी सहायक सांख्यिकी
३) कृषिविकास अधिकारी
४) जिल्हा कृषी अधिकारी
५) जिल्हा बियाण अधिकारी
६) मोहीम अधिकारी

(५) पंचायत

१) कृषी अधिकारी
२) गटविकास अधिकारी
३) कनिष्ठ सांख्यिकीय सहायक

(६) ग्रामस्तर

१) ग्रामसेवक
२) ग्रामविस्तार

या विभागामार्फत कृषिविकास योजनांची अंमलबजावणी केली जात आहे.

महाराष्ट्रातील कृषिविकास योजना पुढीलप्रमाणे -

१) कृषी अर्थशास्त्र सांख्यिकी : या योजनेमुळे राज्यातील पिकांची आकडेवारी मिळते. पीककापणी व उत्पन्नाचे आकडे मिळतात. शासनाला शेतीविषयक साधनांची उपलब्धता, संशोधन, विस्तार, व्यापार नियोजन इत्यादीसाठी आकडेवारी मिळू शकते. या आकडेवारीवरून पिकाखालील क्षेत्र, बागायती क्षेत्र, पडीक क्षेत्र, पीककापणी इत्यादींची माहिती मिळते. ही आकडेवारी गोळा करण्याचे काम अर्थ व सांख्यिकी संचालनालय नियोजन विभाग महाराष्ट्र शासन हे करतात, तसेच जिल्हा पातळीवर जिल्हा सांख्यिकी विभाग करतात.

२) फळे, भाजीपाला दुय्यम पिकांचा आढावा : केळी, द्राक्षे, संत्री, मोसंबी, काजू, सुपारी, आंबा, कांदा, टोमॅटो, मूग, उडीद, खुरासनी, करडई, जवस, तीळ या पिकांचे सरासरी हेक्टरी उत्पन्न व उत्पादन काढण्यात येते. त्यांचे आकडे मिळतात. सदर पिकांचे उत्पादन वाढवावे हा उद्देश असतो.

३) संगणकाच्या वापराची योजना : शेती व शेती विभागात संगणकाचा वापर करण्यासाठी ही योजना सुरू केली आहे. या योजनेद्वारे पर्जन्यमापनाची माहिती, ऋतू व पिके अहवाल, पिकांची उत्पादकता, क्षेत्र व खते वाढीचे दर इत्यादी माहिती एकत्रित गोळा करून पीकसंरक्षण करता येते. शिवाय पिकांची गावनिहाय माहिती मिळू शकते. त्यामुळे उपाययोजना करता येतात.

४) कृषीविषयक सांख्यिकी व गणित शास्त्राचे प्रशिक्षण योजना : कृषी विभागांतर्गत सांख्यिकीय विभागातील कर्मचारी वर्गांना ४ महिने कालावधीचे प्रशिक्षण दिले जाते. या प्रशिक्षण योजनेमुळे गणित व आधुनिक संख्याशास्त्राचे शिक्षण दिले जाते.

५) कृषी गणना (१९९०-९१) : कृषी विभागातर्फे कृषी गणना केली जाते. यावरून जमिनीचा वापर, प्रकार, पीकवार ओलीतक्षेत्र बागायत, जिरायत इत्यादी क्षेत्रांची माहिती मिळू शकते. त्याचप्रमाणे वहिती खाते, खात्यांचे आकारमान, वैयक्तिक व संयुक्त खाती आणि मालकी व कूळवहिवाटाचा तपशील प्राप्त होऊ शकतो.

६) कृषिमूल्य यंत्रणा : दरवर्षी पेरणीपूर्वी महत्त्वाच्या पिकांच्या आधारभूत किमती निश्चित करून जाहीर केल्या जातात. यामध्ये आंबा, डाळिंब, संत्री, मोसंबी इ. फळे तसेच केळी, भात, भुईमूग, गहू, कांदा, आणि सूर्यफूल व सोयाबीन, ज्वारी, खरीप व रब्बी तीळ या पिकांच्या आधारभूत किमती जाहीर केल्या जातात कारण शेतकऱ्यांना संबंधित पिकांचे उत्पादन घेणे सोईचे होते.

७) आदिवासी शेतकरी पीक स्पर्धा योजना : १४ आदिवासी जिल्ह्यांमध्ये भात, ज्वारी, बाजरी, नाचणी या पिकांचा उत्पादनवाढीच्या स्पर्धा घेऊन बक्षिसे दिली

जातात. ही स्पर्धा तीन पातळ्यांवर घेतली जाते. त्यामध्ये प्रथम येणाऱ्या शेतकऱ्यांना १ ले बक्षीस १०००, ३०००, १०००० रु. रकमेचे तीन शेतकऱ्यांना दिले जाते. द्वितीय क्रमांक येणाऱ्यांना ५०० रु., २००० रु., १००० रु. दिले जाते तसेच ३ रे बक्षीस २५०, ५००, ५००० रु. दिले जाते. या स्पर्धेचे शुल्क ९, १०, १५ रुपये असून कमीत कमी पाच स्पर्धक लागतात. या पीक स्पर्धा योजनेमुळे पीक उत्पादकता वाढीस प्रोत्साहन मिळते.

८) शेतीनिष्ठ शेतकरी गौरव : शेतीमध्ये नवीन तंत्रज्ञानाचा वापर करणाऱ्या शेतकऱ्यांना हा गौरव पुरस्कार दिला जातो. चांदीच्या पदकाने सन्मान केला जातो. कृषी संभागातून सर्वसाधारण ८ व आदिवासींमधून ८ असे १६ पुरस्काराने गौरविण्यात येते.

९) कृषिभूषण पुरस्कार : शेती व्यवसायातील व्यक्ती आणि संस्था यांना पुरस्कार दिला जातो. शेतीमध्ये नवीन जातीची लागवड करून उत्पादकता वाढवली जाते. तसेच शेतीत विविध विज्ञानप्रयोग करून शेती किफायतशीर करतात अशा शेतकऱ्यांना पुरस्कार व सुवर्णपदक देऊन सन्मानित केले जाते.

१०) शेतीमित्र बहुमान : कृषी विभागातर्फे हा बहुमान दिला जातो. शेती उत्पादनात वाढ करणाऱ्या मार्गदर्शक व्यक्ती, संस्था यांना हा बहुमान दिला जातो. स्वतः शेती करीत नाहीत; परंतु पत्रकारितेद्वारे मदत करतात. नवीन योजनांची व अनुभवी शेतकऱ्यांच्या मुलाखती वर्तमानपत्रे, मासिके यातून प्रसिद्ध करतात, अशांना २०,००० रु. अधिक २५ ग्रॅमचे सुवर्णपदक देऊन सन्मान करतात. सदर बहुमान २ व्यक्तींसाठी आहे.

११) जिजामाता कृषिभूषण : महिला शेतकरी यांना २५००० रु. रोख आणि ५० ग्रॅम वजनाचे सुवर्णपदक देण्यात येते. महिलांचा शेतीत सहभाग वाढावा आणि शेतीउत्पादनात वाढ करावी अशा उद्देशाने हा पुरस्कार देण्यात येतो.

१२) सर कूसरो वाडिया ट्रस्ट : भूसुधारणा व शास्त्रोक्त पद्धतीने कोरडवाहू शेतीविकास तंत्र विकसित करणाऱ्या संस्थांना दरवर्षी या ट्रस्ट मार्फत २५००० रु. अनुदान दिले जाते.

१३) तुषार / ठिबक सिंचन योजना : पाण्याचा कमीत कमी वापर व जास्तीत जास्त ओलिताखाली आणणे आणि जमिनीची उत्पादनक्षमता वाढविणे या दृष्टिकोनातून अनुदान तत्त्वावर ही योजना १९८६-८७ पासून राबविण्यात आली आहे. या योजनेचा वापर केल्यास ६० ते ७०% पाण्याची बचत होऊन जमिनीचा पोत सुधारतो, तसेच जमिनीचा सपाटीकरण खर्च कमी होतो. जमिनीचा कस वाढून पर्यायाने उत्पादनक्षमता वाढते. एकूणच उत्पादकतेत वाढ होते.

या योजनेखाली अल्पभूधारकांना ५०% जास्तीत जास्त २०,५०० रु., २ ते ६ हेक्टर्सपर्यंत जमीन असणाऱ्या शेतकऱ्यांना खर्चाच्या ३५% परंतु जास्तीत जास्त १४,५०० तर ६ हेक्टर्सहून अधिक जमीन असणाऱ्या शेतकऱ्यांना खर्चाच्या ३०% जास्तीत जास्त १२,५०० रुपयांपर्यंत अनुदान प्राप्त होते. शिवाय तुषार व ठिबक सिंचनासाठी बँकांकडून कमी व्याजदरावर कर्ज उपलब्ध होत आहेत.

१४) विशेष कडधान्य उत्पादन कार्यक्रम : महाराष्ट्रातील कमी पावसाच्या विभागात कडधान्य पिकाचे उत्पादन वाढविण्याकरिता हा कार्यक्रम राबविण्यात येत आहे. मराठवाडा विभागात हा कार्यक्रम राबविला जात आहे.

१५) राष्ट्रीय तेलबिया उत्पादनविकास कार्यक्रम : भुईमूग, करडई यांसारख्या पारंपरिक तेलबियांचे उत्पादन पाठविण्यासाठी तसेच ऱ्हायझोबियम खतांचा वापर करून सूर्यफूल, सोयाबीन यांसारख्या अपारंपरिक तेलबियांचे उत्पादन वाढविणे याकरिता हा कार्यक्रम ठाणे, रायगड, मुंबई वगळता ३१ जिल्ह्यांत राबविला जात आहे. या योजनेंतर्गत प्रमाणित बियाणे तयार करण्यासाठी अनुदान दिले जात आहे.

१६) ऊसविकास व पथदर्शक प्रकल्प : ऊसउत्पादक शेतकऱ्यांना उसाची उत्पादकता वाढविण्यासाठी उसाच्या सुधारित जाती, खतवापर इत्यादींची प्रात्यक्षिके, प्रमाणित बियाणांच्या वापरास प्रोत्साहन याकरिता हा प्रकल्प केंद्र ७५% व राज्य २५% या अनुदान तत्त्वावर सुरू केला आहे. शिवाय गावनिहाय मृद सर्वेक्षण करून मातीच्या चाचण्या घेतल्या जातात.

१७) रोपसंरक्षण योजना : रोपांची निगा व्हावी व वाढ व्हावी, याकरिता भात, सोयाबीन अशा पिकांचे रोगांपासून संरक्षण करण्याकरिता ही योजना आहे. भातावरील रोग, खोडकीडा नियंत्रण, निळे भुंगेरे नियंत्रण, पोळ गुंडाळणाऱ्या आळीचे नियंत्रण, बिळे, लष्करी उंदीर, तपकिरी तुडतुडे, करपा यांचे नियंत्रण व तांबेरा यांच्याकरिता ही योजना सुरू करण्यात आली आहे.

१८) मिनीकिट योजना : दहा गुंठे व त्यापेक्षा कमी जमीन असणाऱ्या शेतकऱ्यांना खते व बियाणांचे मिनीकिट्स मोफत वाटण्याची योजना सन १९८२-८३ मध्ये सुरू करण्यात आली आहे. केंद्र सरकारच्या वीस कलमी कार्यक्रमातील हा एक भाग म्हणून महाराष्ट्र राज्याने ही योजना प्रथम सुरू केली होती. या योजनेंतर्गत शेतकऱ्यांना सुधारित जाती, लागवडीच्या आधुनिक पद्धती, आधुनिक तंत्रज्ञान इत्यादीसंबंधी माहिती पुरविली जाते. या योजनेतून भुईमुगाची जे. एल २४ व ज्वारीची स्वाती या जाती लोकप्रिय झाल्या आहेत.

१९) कृषिपंढरी योजना : सन १९८३-८४ पासून महाराष्ट्रात ही योजना कार्यान्वित करण्यात आली आहे. आधुनिक तंत्रज्ञान प्रत्यक्ष शेतकऱ्यांपर्यंत पोहोचवून

कोरडवाहू शेतीतून जास्तीत जास्त उत्पादन काढण्यासाठी ही योजना सुरू केली आहे. या योजनेंतर्गत प्रत्येक तालुक्यातील एक याप्रमाणे तीनशे खेड्यांची निवड करून आधुनिक तंत्रज्ञान टप्प्याटप्प्याने पोहोचविण्यात येणार आहे.

२०) विशेष घटक योजना : अनुसूचित जातीच्या शेतकऱ्यांना शेतजमिनीत सुधारणा करण्याकरिता दर हेक्टरी उत्पादनात वाढ करण्याकरिता वस्तुरूपाने मदत करण्यासाठी १९८२-८३ पासून राज्यात ही योजना सुरू करण्यात आली आहे. ही मदत कुटुंब घटक धरून त्यांच्या उत्पन्नात कायमस्वरूपी वाढ करणे हा उद्देश आहे.

२१) बेनॉर योजना : सन १९८२ मध्ये डॅनियल बेनॉर यांच्या पुढाकाराने ही योजना सुरू करण्यात आली आहे. शेतकऱ्यांसाठी प्रशिक्षण व भेट योजना असून तंत्रज्ञान शेतकऱ्यांपर्यंत शीघ्र गतीने पोहोचविण्यासाठी ही योजना होती.

२२) खतविकासाचा राष्ट्रीय कार्यक्रम : राज्यामध्ये कोरडवाहू भागात खतांचा वापर वाढून पर्यायाने उत्पादकता वाढावी या हेतूने राज्यात आठ निवडक जिल्ह्यांमध्ये कोरडवाहू भागात हा कार्यक्रम राबविण्यात येत आहे. शेतकऱ्यांना खतांचा वापर करणे, खतांची उपलब्धता वाढविणे, शेतकऱ्यांना प्रशिक्षण, मृदा चाचणीच्या सोई, गट, प्रात्यक्षिके, अतिरिक्त किरकोळ विक्री केंद्रे सुरू करणे हा उद्देश होता.

२३) पीक विमा योजना : भारत सरकारने ठरवून दिलेल्या मार्गदर्शक तत्त्वानुसार व्यापक अशी पीक विमा योजना महाराष्ट्रात १९८५-८६ पासून राबविण्यात येत होती. या योजनेत बदल करण्यात आला असून भारत सरकारने राष्ट्रीय कृषी विमा योजना या नावाने नवीन पीक विमा योजना जाहीर केली आहे. ही नवीन योजना राज्यामध्ये रब्बी हंगाम १९९९-२००० पासून राबविण्यात येत आहे. या नवीन योजनेची प्रमुख वैशिष्ट्ये पुढीलप्रमाणे आहेत–

१) ही योजना पीककर्ज घेणाऱ्या शेतकऱ्यांसाठी सक्तीची असून पीककर्ज न घेणाऱ्या शेतकऱ्यांसाठी ऐच्छिक स्वरूपाची आहे.

२) विमासंरक्षित रकमेवरील मर्यादा काढून टाकण्यात आली आहे.

३) विमासंरक्षित रकमेची सांगड आधीच्या ३ ते ५ वर्षांतील सरासरी उत्पादन आणि किमान आधारभूत किंमत यांच्याशी घालण्यात आली आहे.

४) विमासंरक्षित कमाल रक्कम ही दीडपट सरासरी उत्पादन आणि किमान आधारभूत किंमत यांच्या गुणाकाराइतकी असू शकेल.

५) विम्याच्या हप्त्याचा दर हा सरसकट दर व विभागनिहाय दर यांपैकी जो कमी असेल तो लागू असेल.

६) अल्पभूधारक व अत्यल्पभूधारक शेतकऱ्यांना विम्याच्या हप्त्यामध्ये ४० टक्के अनुदान अनुज्ञेय आहे.

७) ही योजना सर्व कृषी पिकांसाठी ज्या कृषी पिकांच्या बाबतीत त्यांच्या उत्पादनाबाबतची महसुली मंडल पातळीवरील आकडेवारी उपलब्ध नाही, अशी पिके वगळता महसुली मंडल हा घटक मानून राबविण्यात यावयाची आहे.

८) या योजनेतील विमासंरक्षण पिकाच्या पेरणीतून कापणीपर्यंतच्या कालावधीपुरते मर्यादित आहे.

आधी राबविण्यात येत असलेल्या योजनेमध्ये भात, ज्वारी, बाजरी, तूर, भुईमूग, सूर्यफूल, कारळे, तीळ, सोयाबीन व नाचणी या दहा खरीप पिकांचा आणि ज्वारी, गहू, हरभरा, करडई, सूर्यफूल, उन्हाळी भुईमूग व उन्हाळी भात या सात रब्बी पिकांचा समावेश होता. नवीन योजनेमध्ये या सर्व पिकांव्यतिरिक्त आणखी काही पिकांचा उदा. ऊस, कांदा, मका, मूग, उडीद व कापूस यांचा समावेश आहे. फळवर्गीय पिकांबाबत राज्यात पुरेसे क्षेत्र व सरासरी उत्पादनाबाबतची आकडेवारी उपलब्ध झाल्यास त्यांचा समावेश पुढील तीन वर्षांत करण्यात येईल. राष्ट्रीय कृषी विमा योजना राबविण्यामध्ये भारत सरकार, भारतीय सर्वसाधारण विमा महामंडळ, अग्रणी बँका आणि राज्य शासन हे प्रमुख समन्वयक आहेत.

राष्ट्रीय कृषी विमा योजनेच्या कार्यान्वयनाबाबतचे सन २०००-०१ व २००५-०६ चे तपशील खालील तक्त्यात दिले आहेत.

तक्ता राष्ट्रीय कृषी विमा योजनेच्या कार्यान्वयनाबाबत तपशील

हंगाम	लाभ दिलेल्या शेतकऱ्यांची संख्या (लाखात)	विम्याची एकूण रक्कम (कोटी रु.)	गोळा केलेली हप्त्यांची रक्कम (कोटी रु.)	दिलेली भरपाई (कोटी रु.)
खरीप २०००-२००१	२५.३४	१७८२	४३.८९	१०२.४३
रब्बी २०००-२००१	४.२१	४६४	५.१२	१४.८४
खरीप २००५-२००६	२३.०१	११९४	४६.४३	२८.७८
रब्बी २००५-२००६	२.३९	९७.००	२.१३	३.५४

पीक विमा योजना शेतकऱ्यांना नैसर्गिक आपत्तीतून बाहेर पडण्यासाठी अत्यंत उपयुक्त आहे. राज्यातील २२ लाख शेतकऱ्यांनी तिचा लाभ सन २००४-०५ मध्ये

घेतला असून सुमारे १३० कोटी रुपये भरपाईपोटी वाटण्यात आले आहेत. योजना अतिशय चांगली असली तरी सर्व पिकांचा समावेश नसल्याने व नुकसान भरपाई करताना विभागनिहाय नुकसानीचा विचार करून नुकसानभरपाई केली जाणे यांसारख्या उणिवा यामध्ये जाणवतात, राज्यातील अवर्षणप्रवण भागातीलच नव्हे, तर सर्वांनीच या योजनेचा लाभ घ्यावा यासाठी प्रयत्न करणे गरजेचे आहे. कारण केवळ १.५ ते ३.५ टक्के विमा हप्ता भरून उत्पादनातील धोका कमी करणे शक्य आहे. यासाठीही वाढीव निधीची तरतूद गरजेची आहे. नुकसानभरपाई व्यक्तिगत शेतकऱ्याचे किती नुकसान झाले त्यावर अवलंबून असावी असे प्रयत्न होणे गरजेचे आहे.

२४) जैवतंत्रज्ञान धोरण : वाढत्या लोकसंख्येला अन्नधान्याची गरज पूर्ण करण्याकरिता शेतीत अधिक उत्पादन करण्याकरिता हे धोरण २००१ मध्ये जाहीर केले आहे. शेतीत रासायनिक खताचा वापर उत्पादनवाढीसाठी केला. त्याचा विपरीत परिणाम असा झाला, की जमीन खारवटलेली व पोत बिघडलेली दिसून आली आहे. शिवाय किटकनाशकांच्या वापरामुळे दुष्परिणाम दिसून आले आहेत; परंतु अन्नधान्याचे उत्पादन वाढविणे गरजेचे आहे. त्याकरिता जैविक तंत्रज्ञान वापरण्यास सुरुवात केलेली आहे. या धोरणानुसार शेतकऱ्यांना सध्याच्या हवामानात जास्त उत्पादन देणाऱ्या विविध जाती उपलब्ध करून देणे, यात शासनाचा सहभाग वाढविणे या उद्योगांना कुशल मनुष्यबळाचा वापर करून शेतीत विविध प्रकल्प हाती घेण्यास प्रोत्साहन देणे जेणेकरून शेती उत्पादकता वाढेल.

२५) कृषिक्षेत्रात महिलांचा सहभाग योजना : ही योजना सन २००४-५ मध्ये महाराष्ट्रात ठाणे जिल्हा वगळता सर्व जिल्ह्यांत राबविण्यात आली आहे. प्रत्येक जिल्ह्यातून दरवर्षी एका तालुक्यात ही योजना राबविण्यात येते. या योजनेनुसार २० महिला शेतकऱ्यांचा एक गट याप्रमाणे ५० स्वयंसहायता गटाद्वारे प्रत्येक कृषी विज्ञान मंडळामध्ये १००० महिला शेतकऱ्यांचे संघटन करण्यात येऊन प्रत्येक कृषी मंडळास ५०,००० रु. तरतूद करण्यात येते. यानुसार राज्यात १४०० कृषिविज्ञान मंडळे स्थापन करण्यात येतील. यामध्ये प्रत्येक ४ कृषी विज्ञान मंडळासाठी एक प्रशिक्षित महिला प्रवर्तिका ग्रामपातळीवर काम करेल.

कृषिक्षेत्रात महिलांचा सहभाग या योजनेत पायाभूत सर्वेक्षण म्हणून संबंधित भागातील प्रमुख पिके-पिकांची फेरपालट, कृषी, पशुसंवर्धन, फलोत्पादन इत्यादींमध्ये महिलांचा सहभाग, कृषिकार्यक्षमता महिलांचा सहभाग असे सर्वेक्षण करून महिलांना प्रशिक्षण, महिला गप्पागोष्टी, प्रकल्पांची ओळख, त्यांचे प्रशिक्षण राबविणे तसेच महिलांचे अभ्यास दौरे असे कार्यक्रम राबविले जातात. या योजनेत महिलांना शेतीविषयक ज्ञान प्राप्त व्हावे, शेतीच्या समस्या समजावून त्यावर प्रयोगांअंती उपाय व्हावे

याकरिता अनुदान तत्त्वावर स्वयंसेवी संस्थांमार्फत किंवा कृषी विज्ञान केंद्रामार्फत राबविला जात आहे.

२६) कापूस एकाधिकार खरेदी योजना : कापूसउत्पादकांना योग्य भाव मिळावा व मक्तेदारी नाहीशी व्हावी याकरिता महाराष्ट्र कच्चा कापूस अधिनियम १९७१ नुसार १९७२ मध्ये कापूस एकाधिकार खरेदी योजना सुरू करण्यात आली. या योजनेनुसार उत्पादकांना हमी किंमत देण्यात यावी, विक्रीनंतर नफा झाल्यास हमी किमतीच्या ७५% बोनस म्हणून दिला जातो. सन १९८४ नंतर कापूसखरेदीचा व्यवहार महाराष्ट्र राज्य सहकारी कापूसउत्पादन पणन महासंघाकडे सोपविण्यात आला आहे. कापसाला हमी भाव देऊन कापूस व्यापारातील मध्यस्थांचे उच्चाटन कापड गिरण्यांना उच्च प्रतीच्या निर्भेळ कापसाचा पुरवठा करून कापूस विक्रीमध्ये सहकारी संस्थांना सहभागी करून घेणे या उद्देशाने ही योजना कार्यान्वित केली आहे.

कापूस एकाधिकारी खरेदी योजनेतंर्गत कापसाच्या ८०% रक्कम शेतकऱ्याला पहिल्या हप्त्यात व उर्वरित २०% रक्कम दुसऱ्या हप्त्यात देण्याची पद्धती आहेत. या योजनेच्या अंमलबजावणीसाठी राज्य सरकार विविध मार्गांनी भांडवलपुरवठा करतात. या योजनेमुळे मराठवाडा, विदर्भ या भागांतील शेतकऱ्यांना मोठ्या प्रमाणात फायदे होत आहेत.

२७) कृषिउद्योग मित्र : सन १९९५ मध्ये पथदर्शी तत्त्वावर पुणे जिल्ह्यात योजना आयोगाच्या मार्गदर्शनाखाली सुरू करण्यात आली आहे. पीकक्रम बदलून शेतमालावर प्रकिया व त्याचे विपणन याद्वारे स्वयंरोजगार निर्माण करणे, निर्यात वाढवणे याकरिता शेतमाल प्रक्रिया उद्योग निर्माण करून त्यांना मार्गदर्शन करण्याकरिता कृषिसचिवांच्या अध्यक्षतेखाली सुरू करण्यात आली आहे.

२८) इतर योजना : शेतीविकासाकरिता वरील योजनांव्यतिरिक्त शेतीसंबंधित योजना राबविण्यात आल्या आहेत. त्यामध्ये कृषिसंशोधन विकासकार्याचा जीवनधारा व जवाहर विहिरी, अवर्षणप्रवण कार्यक्रम, भूजल सर्वेक्षण व विकास, लाभक्षेत्र विकास, पाणलोट क्षेत्र विकास, आठमाही पाणीपुरवठा योजना, पाणी अडवा – पाणी जिरवा, सहकारी उपसा जलसिंचन योजना, जैविक कीडनियंत्रण जैविक खतांचा वापर, दुधाची महापूर योजना, पाटबंधारे विकास योजना, बहुपीक पीकपद्धत कार्यक्रम, शिवारफेरी अशा योजनांची अंमलबजावणी करून शेतीची उत्पादकता वाढविण्याचा प्रयत्न केला जात आहे.

■

प्रकरण ८

कृषी शिक्षण व संशोधन

८.१ प्रस्तावना : केंद्रीय कृषी मंत्रालयाच्या अंतर्गत १९७३ मध्ये कृषी संशोधन आणि शिक्षण विभागाची रचना करून या विभागास शासकीय अनुदाने करून दिले जाते. ही परिषद राष्ट्रीय स्तरावर कृषी संशोधन व शिक्षण कार्यक्रमास उत्तेजन देण्याचे कार्य करून अर्थसाह्य देण्याचे कार्य करीत आहे. राज्यपातळीवर तीस कृषी विद्यापीठे असून मुख्य चार राष्ट्रीय कृषी संस्थांमार्फत कृषी शिक्षण व संशोधन याची अंमलबजावणी करण्यात येते. त्यामध्ये नवी दिल्लीमधील भारतीय कृषी संशोधन संस्था, इझतनगर (उत्तर प्रदेश) येथील भारतीय पशुवैद्यकीय संशोधन संस्था, हरियानातील कर्नाल सेयीण राष्ट्रीय दुग्ध संशोधन संस्था, मुंबई येथील केंद्रीय मत्स्यविज्ञान शिक्षणसंस्था याद्वारे अंमलबजावणी होत आहे.

८.२ महाराष्ट्रातील कृषी विद्यापीठे व संशोधन संस्था : महाराष्ट्र राज्यात एकूण चार कृषी विद्यापीठे असून संलग्न कृषी महाविद्यालय आहेत. या कृषी विद्यापीठातून कृषी शिक्षण व संशोधनाचे कार्य चालते. कृषी महाविद्यालयाच्या माध्यमातून नवे कृषी संशोधन व तंत्र शेतकऱ्यांच्या बांधापर्यंत पोहोचले आहे. त्यामुळे शेतकरी नव्या संशोधन व तंत्राचा अवलंब करून शेती कसत आहेत. महाराष्ट्रातील चार कृषी विद्यापीठ व्यतिरिक्त महाराष्ट्रातील पहिले पशुवैद्यकीय विद्यापीठ नागपूर येथे सन २००० पासून कार्यरत आहे.

महाराष्ट्रातील कृषी विद्यापीठाचे कामकाज व समन्वय महाराष्ट्र कृषी शिक्षण व संशोधन परिषद पुणे येथून साधला जातो. त्याचप्रमाणे या परिषदेच्या महाराष्ट्र राज्यामध्ये कृषी शिक्षणासाठी वेगळी विद्याशाखा निर्माण केली आहे. शिवाय वेगळी विद्यापीठे निर्माण केली आहेत. ती विद्यापीठे पुढीलप्रमाणे–

८.२ १) महात्मा फुले कृषी विद्यापीठ : या विद्यापीठाची स्थापना १ जून १९६८ रोजी राहुरी जि. अहमदनगर येथे करण्यात आली आहे. या विद्यापीठांतर्गत एक कृषी अभियांत्रिकी महाविद्यालय, एक उद्यानविद्या महाविद्यालय आणि ४ कृषी महाविद्यालय असे कृषी महाविद्यालय आहे. शिवाय राहुरी येथे एक कृषीविषयक व एक कृषी अभियांत्रिकीविषयक असे दोन पदव्युत्तर महाविद्यालय असून पीएच.डी. संशोधन केंद्र आहे. या विद्यापीठाचे कार्यक्षेत्र प्रामुख्याने पुणे, नगर, धुळे, कोल्हापूर आहेत. तसेच सातारा, सोलापूर, जळगाव, शिरवळ, सातारा येथील पशुवैद्यकीय महाविद्यालय या विद्यापीठास जोडले आहे. या विद्यापीठात ऊस, ज्वारी, गहू मका, कापूस, हळद, द्राक्षे हे संशोधनविषय आहेत; तसेच कोरडवाहू शेती, दुग्धपालन आणि अन्नप्रक्रिया या विषयावर संशोधन चालते. मृदसंधारणाबाबत संशोधन कार्यरत आहे. हे संशोधन विषय आहेत. या विद्यापीठातंर्गत पुढील कृषिसंशोधन प्रकल्प कार्यरत आहेत.

१) पश्चिम घाट विभाग कृषी संशोधन प्रकल्प - हा प्रकल्प इगतपुरी जि. नाशिक येथे असून भात, फलोद्यान व वनशेती इत्यादीवर संशोधन कार्यरत आहे.

२) उपपर्वतीय विभाग कृषी संशोधन प्रकल्प - हा संशोधन प्रकल्प शेंजपार्क कोल्हापूर येथे असून जैविक कीडनियंत्रण यावर संशोधन कार्यरत आहे.

३) पश्चिम महाराष्ट्र विभागीय फळसंशोधन प्रकल्प - हा प्रकल्प पुणे गणेशखिंड येथे कार्यरत असून फलोद्यान, फळप्रक्रिया नर्सरी विभाग हा संशोधन कार्यरत आहे.

४) अवर्षणप्रवण क्षेत्र विभागीय कृषी संशोधन केंद्र - हा प्रकल्प सोलापूर येथे आहे. या प्रकल्पातून कोरडवाहू शेतीतंत्रावर संशोधन कार्यरत आहे.

५) ऊससंशोधन केंद्र - हा प्रकल्प पाडेगाव ता. निरा, ता. पुरंदर, जि. पुणे येथे कार्यरत असून ऊसपिकाबाबत संशोधन चालू आहे. या संशोधन केंद्रातून उसाच्या नवनवीन जातींवर संशोधन कार्यरत आहे.

६) कृषी संशोधन केंद्र - हे केंद्र जळगाव येथे असून गळीत धान्ये, कापूस, केळी या पिकांचा बाबत संशोधन कार्यरत आहे.

७) कृषी संशोधन केंद्र - हा संशोधन प्रकल्प निफाड नाशिक येथे असून गहू या पिकाबाबत संशोधन कार्यरत आहे.

८) भातसंशोधन केंद्र - हा प्रकल्प लोणावळा, वडगाव मावळ, जि. पुणे येथे असून भातपिकाबाबत संशोधनकार्य चालत आहे.

८.२.२ डॉ. पंजाबराव देशमुख कृषी विद्यापीठ : या विद्यापीठाची स्थापना २० ऑक्टोबर १९६९ रोजी करण्यात आली असून मुख्य कार्यालय अकोला येथे आहे. या विद्यापीठात कापूस, गहू, डाळी, तेलबिया, ज्वारी, कडधान्ये यावर संशोधन कार्यरत असून कोरडवाहू शेती, पशुसंगोपन, कृषी अभियांत्रिकी, पशुरोगशास्त्र, दुग्धतंत्रज्ञान यावर विशेष भर आहे. या विद्यापीठाच्या कक्षेत एकूण सतरा महाविद्यालय संलग्न असून ९ कृषी महाविद्यालये मराठवाडा कृषी विद्यापीठाच्या कार्यक्षेत्रात परभणी, लातूर, बीड, औरंगाबाद, नांदेड, उस्मानाबाद हे जिल्हे येतात. या जिल्ह्यांमध्ये परभणी सहा, लातूर एक, बीड एक, औरंगाबाद दोन, नांदेड एक असे कृषी महाविद्यालय कार्यरत आहेत. तसेच प्रमुख कृषी संशोधन प्रकल्प विभागीय संशोधन कृषी संशोधन केंद्र औरंगाबाद येथे कार्यरत असून, पेरसाळ संशोधन केंद्र परभणी येथे भातसंशोधन आणि कोरडवाहू साळसंशोधन केंद्र तुळजापूर जि. उस्मानाबाद येथे कार्यरत आहेत.

अशा प्रकारे १९६० नंतर महाराष्ट्रात कृषीविकासाकरिता व संशोधनकरिता चार विद्यापीठे निर्माण करण्यात आली आहेत, तसेच कृषीचे ज्ञान प्राप्त व्हावे म्हणून संशोधन प्रकल्प कार्यरत केले आहे. या चार कृषी विद्यापीठांत ७६ महाविद्यालय व कृषी संशोधन केंद्र आहेत. या महाविद्यालयात सन २००८ अखेरपर्यंत ९००० विद्यार्थी शिक्षण घेत आहेत. शिवाय त्यापैकी १७% मुली असून त्यांना आरक्षण देण्यात आलेले आहे.

कृषी विद्यापीठ व महाविद्यालय याबरोबर राज्यात २५ शेतीशाळा व ग्रामसेवक प्रशिक्षण केंद्रे सुरू केलेली आहेत. तसेच अल्पमुदतीचे कृषी प्रशिक्षण कार्यक्रम राबविले जात आहे.

कृषी विद्यापीठात विविध बाबींचा अभ्यास करून मूल्यमापन करण्याकरिता डॉ. के. जी. परांजपे यांच्या अध्यक्षतेखालील एक समिती नेमली आहे. या समितीच्या मते नवी शेतकी महाविद्यालये उघडू नयेत. कृषी पदव्युत्तर अभ्यासक्रमांना बळकटी देण्यात यावी. प्रात्यक्षिकांवर भर द्यावा. संशोधन व विस्तारीकरणावर भर द्यावा. म्हणून दहाव्या योजनेत महाराष्ट्रात (२००२-०७) मध्ये ६८ कोटी रुपये खर्चाची तरतूद करण्यात आली आहे. म्हणून महाराष्ट्रात कृषी शिक्षण व प्रशिक्षण सुविधांमध्ये वाढ घडवून आणली आहे. त्यामुळे कृषिक्षेत्रात विस्तार झाला आहे. नवीन संशोधन झाले आहे. त्यामुळे शेतीचा विकास होत आहे. उद्यानविद्या महाविद्यालयातील कृषी अभियांत्रिकी एक जैव-तंत्रज्ञान - एक, अन्न तंत्रज्ञान एक, वनविद्या एक पदव्युत्तर एक अशी सतरा महाविद्यालये आहेत.

या कृषी विद्यापीठाचे कार्यक्षेत्र व त्यामधील महाविद्यालय अकोला ५, नागपूर

१, अमरावती ५, चंद्रपूर १, बुलढाणा २, यवतमाळ २, वर्धा ९ असे असून या जिल्ह्यात कृषी शिक्षण कार्यरत आहेत. या विद्यापीठातंर्गत पुढील कृषी संशोधन प्रकल्प कार्यरत आहेत.

१) मुख्य विदर्भ विभाग - विभागीय कृषी संशोधन केंद्र हे यवतमाळ या ठिकाणी आहे.

२) पूर्व विदर्भ विभाग - विभागीय कृषी संशोधन केंद्र हे सिदेवाहो, जि. चंद्रपूर येथे कार्यरत आहेत.

३) राष्ट्रीय कृषी संशोधन प्रकल्प तारसा, जि. नागपूर येथे संशोधन केंद्र कार्यरत आहे.

८.२.३ डॉ. बाळासाहेब सावंत कोकण कृषी विद्यापीठ : या विद्यापीठाची स्थापना सन १८ मे १९७२ मध्ये झाली असून मुख्य कार्यालय दापोली, जि. रत्नागिरी येथे आहे. या विद्यापीठात फलोत्पादन, खारभूमी, मत्स्यव्यवसाय, मसाल्याचे पदार्थ, आंबा, नारळ, तांदूळ व नागली यावर संशोधन चालू आहे. या विद्यापीठाची एकूण १० कृषी महाविद्यालय संलग्न असून ४ कृषी, २ कृषी अभियांत्रिकी १ कृषी उद्यानविद्या, ९ मत्स्य, व ९ कृषी पणन व व्यवसाय व्यवस्थापन १ कृषी तंत्रज्ञान अन्नधान्य अशी कृषी महाविद्यालये आहेत.

या कृषी विद्यापीठाचे कार्यक्षेत्र रत्नागिरी, ठाणे, सिंधुदुर्ग, रायगड या जिल्ह्यांपुरते असून रत्नागिरीतील दापोली येथे दोन, शिरगाव जि. रत्नागिरी येथे एक, चिपळूण येथे दोन, ठाणेतील मुरबाड एक, मालवण जि. सिंधूदुर्ग एक, पनवेल जिल्हा रायगड येथे एक, खरवते व निवळी जि. रत्नागिरी येथे दोन अशी कृषी महाविद्यालये कार्यरत आहेत.

तसेच या विद्यापीठाच्या कार्यक्षेत्रात प्रमुख कृषी संशोधन प्रकल्प पुढीलप्रमाणे कार्यरत आहेत.

१) प्रादेशिक जलसंशोधन केंद्र - वेंगुर्ला, जि. सिंधुदुर्ग.

२) प्रादेशिक भात संशोधन केंद्र - कर्जत, जि. रायगड.

३) खारजमीन संशोधन केंद्र - पनवेल, रायगड.

४) नारळ संशोधन केंद्र - भाट्ये, रत्नागिरी.

५) आंबा संशोधन केंद्र - रामेश्वर, देवगड.

६) तारापोखाला सागरी जीवशास्त्र संशोधन केंद्र - मुंबई.

७) सुपारी संशोधन केंद्र - श्रीवर्धन, जि. रायगड.

८) सागरी जीवशास्त्रीय संशोधन केंद्र - रत्नागिरी. असे कार्यरत आहेत.

८.२.४ मराठवाडा कृषी विद्यापीठ : या विद्यापीठाची स्थापना १९७२ मध्ये झाली असून मुख्य कार्यालय परभणी या ठिकाणी आहे. या विद्यापीठात कडधान्ये, ऊस, कापूस, रेशीम यावर संशोधन कार्यरत असून कृषिविस्तार शास्त्र, अन्नप्रक्रिया, गृहशास्त्र या विषयांवर विशेष भर दिला जात आहे. या विद्यापीठाशी एकूण ११ कृषी महाविद्यालये संलग्न असून कृषी महाविद्यालय सहा, कृषी अभियांत्रिकी व तंत्रज्ञान दोन, उद्यानविद्या दोन आणि गृहविज्ञान एक असे महाविद्यालय आहे.

■

प्रकरण ९

महाराष्ट्रातील शेतकऱ्यांच्या आत्महत्या

९.१ प्रस्तावना : जागतिकीकरणाच्या प्रारंभापासून भारतीय शेतकऱ्याकडे पर्यायाने महाराष्ट्राच्या शेतकऱ्यांकडे दुर्लक्ष होऊन शेतीक्षेत्राच्या विकासाची प्रक्रिया मंदावलेली आहे. त्यातून महाराष्ट्रातील शेतीव्यवसायात अनेक आव्हाने उभी राहिली आहेत. त्यामधील महत्त्वाचे आव्हान म्हणजे शेतकऱ्यांच्या आत्महत्या होय. दुष्काळ, कर्जबाजारीपणा, बेकारी, दारिद्र्य या आर्थिक कारणांप्रमाणेच सामाजिक संघर्ष, कौटुंबिक कलह, अत्याचार, छळ या कारणांमुळे शेतकऱ्यांच्या आत्महत्या वाढत आहेत. हा चिंतेचा व संशोधनाचा विषय बनला आहे.

९.२ स्वरूप : महाराष्ट्रामध्ये 'शेतकऱ्यांच्या आत्महत्या' या विषयाचे सर्वेक्षण करण्याकरिता डॉ. नरेंद्र जाधव 'माजी कुलगुरू पुणे विद्यापीठ' यांची एकसदस्यी समिती नेमली होती. त्याचप्रमाणे सकाळ वृत्तसमूह यांनी सर्वेक्षण केले. महाराष्ट्र विधानसभेत या प्रश्नावर चर्चा करण्यात आली. तसेच नॅशनल क्राईम ब्यूरो यांच्या नोंदीवरून आत्महत्यांच्या कारणमीमांसा स्पष्ट होतात. नॅशनल क्राईम ब्यूरोच्या नोंदणीनुसार एकूण आत्महत्यापैकी ८९% पुरुषांनी आत्महत्या केल्या आहेत. तसेच ५४% आत्महत्या महाराष्ट्र, आंध्र प्रदेश, कर्नाटक या राज्यांत झालेल्या आहेत.

सकाळ वृत्तपत्रसमूहाच्या निष्कर्षाने महाराष्ट्रात सर्वाधिक आत्महत्या यवतमाळ जिल्ह्यात ८० आणि अमरावती जिल्ह्यातील ४० अशा १२० गावांतील आत्महत्या केलेल्या कुटुंबाची पाहणी केली. त्याआधारे पुढील तक्त्यावरून निष्कर्ष प्राप्त झाले आहेत.

तक्ता क्र. ९.१

आत्महत्या शेतकऱ्यांचे स्तर विश्लेषण

तपशील		**टक्केवारी**
१) तरुण शेतकरी		४०%
२) शिक्षण -	निरक्षर	२३%
	साक्षर	७७%
३) पदवीधर		५%
४) क्षेत्रनिहाय -	जिरायत शेतकरी	७२%
	बागायत	१६%
५) धारणक्षेत्रनिहाय -	अल्पभूधारक	२६%
	मध्यम	३४%
	मोठे	१०%
६) कर्जनिहाय -	१) थकबाकी	८६%
	२) सावकारी जाच	१०%
	३) कर्जवसुली अवमानकारक	६०%
७) कर्ज कालावधी -	१ ते ४ वर्षे	१५%
	४ ते ५ वर्षे	३०%
	६ ते १० वर्षे	२५%
	१० वर्षापेक्षा जास्त	३०%
८) कर्ज विनियोग शेतकरी		
	शेतीसाठी	४१%
	लग्नासाठी	१९%
	शिक्षण	१८%
	घरबांधणी	६%
	इतर	१६%
एकूण शेतकरी कुटुंबे		**१२०**

या तक्त्यावरून आत्महत्या करणाऱ्या शेतकऱ्याचा स्तर स्पष्ट होतो.

विदर्भ जलआंदोलन समितीचा निष्कर्ष, की महाराष्ट्रात विदर्भामध्ये सर्वाधिक शेतकऱ्यांच्या आत्महत्या झालेल्या आहेत. तसेच जानेवारी २००१ ते मे २००५

या कालावधीत १०१४ शेतकरी आणि जून २००५ ते ऑगस्ट २००६ या कालावधीत १००२ शेतकऱ्यांनी आत्महत्या केल्याचे स्पष्ट होते. त्याचप्रमाणे नाशिक जिल्ह्यात २००६ मध्ये २३ शेतकऱ्यांनी आत्महत्या केल्या आहेत. लिंगभेदानुसार एकूण आत्महत्यांपैकी ८९% आत्महत्या पुरुष शेतकऱ्यांनी केल्या आहेत. महाराष्ट्रात प्रतिलाख व्यक्तीमागे १९९५ मध्ये आत्महत्यांचे प्रमाण १७ होते. ते २००४ मध्ये तिपटीने वाढून म्हणजे ५३ झाले आहे.

कृषिमंत्री शरद पवार यांची मुलाखत (सकाळ वृत्तपत्र) याद्वारे – विदर्भात शेतीला जोडव्यवसाय नसल्यामुळे शेतकऱ्यांच्या आत्महत्या दुष्काळात घडतात. कारण दुष्काळात शेतकऱ्यांना तारणारा व्यवसाय नसतो. महाराष्ट्राच्या विधानसभेत सन १९९७ ते २००६ या दहा वर्षांच्या कालावधीत आत्महत्या प्रकरणावर सखोल चर्चा झाली आहे. महाराष्ट्र शासनाने उपाययोजना केल्या आहेत. शिवाय आत्महत्या विषयावर मंत्रिमहोदयांनी प्रश्नात सहभाग घेतला आहे. यावरून स्पष्ट होते की शेतकऱ्यांची आत्महत्या प्रकरणात तीव्रता फार मोठी आहे.

९.२ महाराष्ट्रातील शेतकऱ्यांच्या आत्महत्यांची कारणे : महाराष्ट्र राज्यात शेती धोरण पुरोगामी असूनदेखील शेतकऱ्यांच्या आत्महत्या होत आहे. या आत्महत्या नैसर्गिक, आर्थिक आणि सामाजिक कारणांमुळे होत असल्या तरी आर्थिक कारण हे जास्त कारणीभूत आहे. त्यांचे विश्लेषण पुढीलप्रमाणे–

A) नैसर्गिक कारणे - महाराष्ट्रामध्ये शेतकऱ्यांच्या आत्महत्येस नैसर्गिक कारणे जबाबदार आहेत. या कारणामुळे शेती उत्पादनात अशाश्वतपणा आणि अनिश्चिता वाढून धोके वाढलेले आहेत. त्यामुळे शेती करणे परवडत नाही. त्यामुळे आत्महत्या वाढलेली आहे. नैसर्गिक कारणे पुढीलप्रमाणे–

१) दुष्काळ

२) शेतीमधील रोगराई

३) अतिवृष्टी

४) वादळवारे

५) भूकंप

६) नैसर्गिक संपत्तीचे असमान वितरण

७) पर्जन्यमान - या कारणामुळे शेती व्यवसायाचे अतोनात नुकसान झालेले आहे. त्यामुळे विदर्भात दुष्काळजन्य परिस्थितीमुळे आत्महत्या वाढलेल्या आहेत. नैसर्गिक कारणांपैकी दुष्काळ हे कारण सर्वाधिक जबाबदार आहे. इतर कारणे आत्महत्या करण्यास फारशी जबाबदार नाहीत.

B) आर्थिक कारणे - महाराष्ट्रामध्ये शेतकऱ्यांच्या आत्महत्यांमध्ये आर्थिक कारणे जास्त जबाबदार आहेत. या आर्थिक कारणांमुळे शेतकऱ्यांच्या आत्महत्या वाढलेल्या आहेत. ती कारणे पुढीलप्रमाणे–

१) सरकारी गुंतवणुकीचे शेतीत घटते प्रमाण.

२) शेतीच्या उत्पादनखर्चात सतत वाढ.

३) वाढता कर्जबाजारीपणा.

४) सावकारी कर्जाचा गळफास.

५) नापीक शेतजमिनीचे वाढते प्रमाण.

६) किमान आधारभूत किमती कमी.

७) जलसिंचनाच्या अपुऱ्या सुविधा.

८) पूरक सेवा सुविधांची कमतरता.

९) जागतिकीकरणाचा वाढता प्रभाव.

१०) शेतमाल किंमत अनिश्चितता.

११) शेतमाल किंमत ठरविण्याचा बाह्यघटकांचा प्रभाव.

१२) शेतीचे तुटीचे अंदाजपत्रक.

१३) कृषी विद्यापीठाच्या संशोधनाचे अपयश.

१४) कृषी कर्जाचा विनियोग अनुत्पादककरिता.

१५) वीजभार नियमन.

१६) कर्जवसुलीच्या जाचक अटी.

१७) पीक विमा योजनेचे अपयश.

१८) जमिनीच्या आकारमानात घट.

१९) राजकीय पक्षाकडून फक्त शेती - आश्वासनांची खैरात.

२०) शेती क्लिनिकचा अभाव.

या कारणांमुळे शेतीची उत्पादकता कमी राहून उत्पादनखर्च वाढून शेतकरी कर्जसापळ्यात सापडून आत्महत्या करीत आहे.

८) सामाजिक कारणे - आर्थिक कारणाबरोबर सामाजिक कारण हे आत्महत्येस कारणीभूत ठरतात; परंतु सामाजिक कारणे फारशी प्रभावी ठरत नाही. अशी किरकोळ, कारणे पुढीलप्रमाणे–

१) कौटुंबिक संघर्ष.

२) सामाजिक मानहानी.

३) रोगराईने त्रस्त.

४) कुटुंबातील सदस्याचे बाहेरील अनैतिक संबंध.

५) झटपट श्रीमंत होण्याच्या अभिलाषा प्रवृत्तीने गुन्हेगारीत वाढ.

६) बेकारी.

या कारणांमुळे आत्महत्या होत असल्या तरी त्यांचे प्रमाण कमी आहे. आत्महत्यांमध्ये सर्वाधिक महत्त्वाचे कारण आर्थिक असून त्यापैकी शेतकऱ्यांचा वाढता कर्जबाजारीपणा हेच मूलभूत कारण आहे.

९.४ - शेतकऱ्यांच्या आत्महत्या रोखण्यासाठी उपाययोजना

महाराष्ट्रातील शेतकऱ्यांच्या आत्महत्या थांबविण्यासाठी व शेतकऱ्यांना स्वाभिमानी जीवन जगण्यासाठी सरकारी स्तरावर, संस्थात्मक स्तरावर आणि सामाजिक घटक अशा विविध स्तरांवर उपाययोजना केल्यास आत्महत्या रोखता येतील. अशा उपाययोजना पुढीलप्रमाणे-

१) सरकारी संस्थांचे (विशेष कृषी पतपुरवठा) सक्षमीकरण करणे.

२) स्वस्तात व जलद आणि कमीत कमी खर्चात कर्जपुरवठा.

३) शेतीकर्जाबरोबर घरगुती उपभोगकर्जाचा पुरवठा.

४) कृषी कर्जफेड निधीची स्थापना.

५) पाण्याचे कार्यक्षम व्यवस्थापन.

६) पीक आराखडा पूर्वनियोजित करणे.

७) शेतीपूरक व्यवसायांना प्रोत्साहन.

८) कृषित आधुनिक तंत्रज्ञानाचा वापर व मागोवा घेणे.

९) उत्पादनाचे वैविधीकरण करणे.

१०) करार शेतीला प्रोत्साहन देणे.

११) किमान आधारभूत किमती उत्पादनखर्च निहाय व प्रादेशिकनिहाय निश्चितीकरण.

१२) पीक विमा योजनेची व्याप्ती वाढविणे.

१३) वायदेबाजाराचा प्रसार.

१४) जीवनावश्यक वस्तूंच्या कायद्यात सुधारणा.

१५) कृषी राष्ट्रीय व आंतरराष्ट्रीय बाजारपेठा विकसित करणे.

१६) कृषी टोल फ्री फोन योजनेचा विस्तार करणे.

१७) कृषी अनुदानात वाढ.

१८) सर्वंकष राष्ट्रीय कृषी धोरणाचा विस्तार व अंमलबजावणी.

१९) शेतकरी मंडळाची स्थापना.

२०) शेतकरी महिला बचतगटांची निर्मिती.

२१) प्रासंगिक परिस्थितीत व्याजमाफक व मुद्दल स्थगित योजना राबविणे.

२२) कृषी फिरता दवाखाना योजनेची गती वाढविणे.

२३) शेतकरी पेन्शन योजना कार्यक्षमपणे राबविणे.

२४) शेतकऱ्यांना शेतमालाची किंमत ठरविण्याच्या अधिकाराची जाणीव जागृती करणे.

२५) समुपदेश करणे - अशा प्रकारे उपाययोजना तळमळीने करून अंमलबजावणी केल्यास स्वाभिमानी शेतकरी तयार होईल.

■

Reference Book

1) Agrawal A. N. : Indian Economy
2) Datt, Rudra and Sundharam K. P. M. : Indian Economy - S. Chand 2008
3) Dhingra I. C. : The Indian Economy - Sultan Chand & Sons
4) Khalon A. S. & Singh Karan : Economics of Farm Management in India, Allied
5) Mamoria C. B. : Agricultural Problems of India, Kitab Mahal.
6) Misra S. K., Puri V. K. : Indian Economy, It's Development Experience Himalaya Pub.
7) Maharashtra State : Agricultural At las
8) Maharashtra at Glance : 2001 - Directorate General of Information and public Relations.
9) The Land Records Department, Maharashtra State.
10) Vasantdada Suger Institute : Co-operative Suger Factories in Maharashtra 2006-07.
11) Maharashtra Directorate of Economics & Statistics - Economic survey of Maharashtra 2005 Mumbai.

संदर्भसूची

१) डॉ. कविमंडन विजय : कृषिअर्थशास्त्र - मंगेश प्रकाशन, नागपूर
२) सवदी ए. बी. : द मेगा स्टेट महाराष्ट्र २००६ - निराली प्रकाशन.
३) डॉ. साबळे रामचंद्र निवृत्ती : कृषि घटक - अनमोल प्रकाशन.
४) संतोष दास्ताने : महाराष्ट्र २००८ - पुणे.
५) नरभवर रवींद्र : संपूर्ण शासकीय योजना
६) सहकार आयुक्त व निबंधक महाराष्ट्र राज्य : महाराष्ट्रातील सहकारी चळवळ एक दृष्टिक्षेपात